ड्राफ्ट्समन सिव्हिल द्वितीय वर्ष मराठी MCQ

मनोज डोळे

Made with ♥ on the Notion Press Platform
www.notionpress.com

डिजिटायझेशन ही काळाची गरज आहे. भविष्यात, प्रशिक्षण अधिक सोयीस्कर आणि सोपे करण्यासाठी औद्योगिक प्रशिक्षण संस्थांमध्ये ऑनलाइन इंटरनेट वापरून प्रशिक्षण घेणे आवश्यक आहे. MCQ प्रश्नांचा संच असलेली ई-पुस्तके प्रशिक्षणार्थींना उपलब्ध करून दिली जातील कारण त्यांना त्यांच्या औद्योगिक प्रशिक्षण संस्थांमध्ये होणाऱ्या ऑनलाइन परीक्षांच्या तयारीसाठी MCQ प्रश्नांची अधिक सवय होणे आवश्यक आहे.

या सर्व बाबी लक्षात घेऊन श्री.मनोज मधुकर डोळे प्रशिक्षक, औद्योगिक प्रशिक्षण संस्था, सातारा यांनी नवीन वार्षिक प्रणाली आणि NSQF-5 अभ्यासक्रमानुसार पुस्तके लिहिली आहेत. आणि त्यांनी प्रशिक्षण सुलभ करण्यासाठी सैद्धांतिक मोबाइल ॲप्स आणि ब्लॉग तयार केले आहेत आणि हे सर्व शैक्षणिक साहित्य जगप्रसिद्ध Google Play Store, Amazon आणि Apple Book Store वर डाउनलोड करण्यासाठी उपलब्ध केले आहे.

पुस्तकांचे प्रकाशन माननीय सहसंचालक श्री राजेंद्र घुमे साहेब प्रादेशिक व्यावसायिक शिक्षण व प्रशिक्षण कार्यालय, पुणे यांच्या हस्ते दिनांक 9/1/2019 रोजी करण्यात आले, यावेळी श्री प्रकाश सायगावकर साहेब प्राचार्य शासकीय औद्योगिक प्रशिक्षण संस्था औंध पुणे, श्री तुकाराम मिसाळ साहेब प्राचार्य डॉ. सरकार प्र.संस्था सातारा, श्री सचिन धुमाळ साहेब जिल्हा व्यवसाय शिक्षण व प्रशिक्षण अधिकारी सातारा, श्री यतीन पारगावकर साहेब मुख्याध्यापक गो. प्र.संस्था कोल्हापूर, श्री विकास टेके साहेब निरीक्षक व्यावसायिक शिक्षण व प्रशिक्षण क्षेत्रीय कार्यालय पुणे, पालेकर फूड्स प्रॉडक्ट्स प्रा. लि.चे सातारा येथील उद्योजक अध्यक्ष श्री.नीळकंठराव पालेकर साहेब, हिरा फूड्स चे चेअरमन श्री.इब्राहिम बाबा तांबोळी साहेब, सौ.शाल्मली पवार मुख्याध्यापिका शासकीय तंत्रनिकेतन केंद्र सातारा व इतर मान्यवर यावेळी उपस्थित होते.

अनुक्रमणिका

प्रस्तावना

ड्राफ्ट्समन सिव्हिल द्वितीय वर्ष MCQ हे ITI अभियांत्रिकी अभ्यासक्रम ड्राफ्ट्समन सिव्हिलसाठी पुस्तक आहे , मध्ये सुधारित NSQF अभ्यासक्रम , ड्राफ्ट्समन सिव्हिल. यामध्ये अधोरेखित आणि ठळक अचूक उत्तरांसह वस्तुनिष्ठ प्रश्नांचा समावेश आहे MCQ ज्यामध्ये पारंपारिक रेखांकनातील एकल मजली इमारत योजनेबद्दल नवीनतम आणि महत्त्वाच्या सर्व विषयांचा समावेश आहे. कॉम्प्युटर एडेड ड्राफ्टिंगचे ज्ञान आणि अनुप्रयोग. टूलबार, कमांड आणि मेनू वापरून वर्कस्पेस तयार करणे. प्लॉटिंग CAD मधून रेखाचित्र. दरवाजे, खिडक्या, हात रेलिंग, वॉश बेसिन आणि प्लंबिंग जॉइंट्सचे 2D मसुदा तयार करणे. नियमित वापरल्या जाणाऱ्या वस्तूंचे ब्लॉक्स तयार करून लायब्ररी फोल्डर तयार करणे. CAD वापरून दुमजली RCC फ्लॅट छतावरील निवासी इमारतीची मंजुरी योजना तयार करणे. CAD वापरून फ्रेम केलेल्या संरचनेद्वारे सार्वजनिक इमारतीचे रेखाचित्र तयार करणे. बार बेंडिंग शेड्यूल तयार करणे. CAD वापरून वेगवेगळ्या स्टील स्ट्रक्चरच्या जोड्यांचे रेखाचित्र. CAD वापरून सॅनिटरी फिटिंग्ज आणि सीवरेज व्यवस्थेचे तपशीलवार रेखाचित्र. रस्ते, पूल, कल्व्हर्ट, रेल्वे ट्रॅक आणि बांध, धरणे, बॅरेज, वायर आणि क्रॉस ड्रेनेजची कामे, CAD वापरून जलविद्युत प्रकल्पाची योजनाबद्ध आकृती, विविध प्रकारच्या इमारती आणि संरचनांचे अंदाज आणि खर्चाचे विश्लेषण, तयारी यांचे तपशील आणि विभागीय रेखाचित्र एकूण स्टेशनचा नकाशा आणि GPS वापरून स्टेशन पॉइंटचे स्थान हे व्यावहारिक प्रशिक्षणाचा भाग म्हणून केले जात आहे आणि बरेच काही.

आम्ही प्रत्येक नवीन आवृत्तीसह नवीन प्रश्नांची उत्तरे जोडतो. कृपया काही त्रुटी/ वगळल्यास आम्हाला ईमेल करा. सर्व अभियांत्रिकी बहुपर्यायी प्रश्न आणि उत्तरांसाठी हे निर्विवादपणे सर्वात मोठे आणि सर्वोत्तम ई-पुस्तक आहे.

विद्यार्थी म्हणून तुम्ही ते तुमच्या परीक्षेच्या तयारीसाठी वापरू शकता. हे ई-पुस्तक प्राध्यापकांना साहित्य रीफ्रेश करण्यासाठी देखील उपयुक्त आहे.

ऋणनिर्देश, पावती

21 व्या शतकातील औद्योगिक क्षेत्रातील वेगाने वाढणाऱ्या मागणीच्या अनुषंगाने बहु-कुशल कारागीरांचा पुरवठा करण्यासाठी व्यवसाय शिक्षण आणि व्यवसाय प्रॅक्टिकल विभागामार्फत व्यावसायिक शिक्षण आणि प्रशिक्षण विभागामार्फत व्यावसायिक शिक्षण आणि प्रशिक्षण दिले जाते. संस्थांमधील सर्व व्यवसाय महत्त्वाचे आहेत, कारण या व्यवसायांतील प्रशिक्षणार्थी उद्योगाच्या मागणीनुसार बहु-कौशल्ये विकसित करतात.

औद्योगिक क्षेत्रातील सर्व उद्योगांमधील सर्व परीक्षा ऑनलाइन घेतल्या जातात आणि त्यामध्ये MCQ पद्धतीच्या प्रश्नांचा समावेश होतो हे लक्षात घेऊन सर्व व्यवसायांसाठी योग्य MCQ ई-पुस्तके उपलब्ध करून देण्याच्या उदात्त हेतूने. श्री.मनोज मधुकर डोळे यांनी नवीन वार्षिक अभ्यासक्रमानुसार MCQ पद्धतीवर खूप चांगले ई-बुक लिहिले आहे. हे ई-बुक सर्व प्रशिक्षणार्थी, प्रशिक्षणार्थी उमेदवार, प्रशिक्षण प्रशिक्षक आणि संबंधित इतरांसाठी निश्चितच मार्गदर्शक ठरेल.

पुस्तकाचे लेखक श्री.मनोज मधुकर डोळे आहेत, इन्स्ट्रक्टर गव्हर्नमेंट ITI सातारा यांना 17 वर्षांचा प्रशिक्षणाचा अनुभव आहे. नवीन वार्षिक पॅटर्न म्हणून लिहिलेल्या, या ई-बुकमध्ये प्रत्येक विषयासाठी मांडणी, सोपी भाषा आणि सोपी वाक्यरचना, आकृती आणि व्हिडिओ समजून घेण्यासाठी आधुनिक डिजिटल QR कोड तंत्रज्ञान समाविष्ट केले आहे. त्यामुळे सखोल अभ्यास आणि परीक्षेच्या सरावासाठी हे ई-बुक नक्कीच उपयोगी पडेल याची मला खात्री आहे. त्यांनी केलेले काम नक्कीच कौतुकास्पद आहे.

श्री तुकाराम मिसाळ
प्राचार्य शासकीय औद्योगिक प्रशिक्षण संस्था सातारा.

नांदी, प्रस्तावना

DGET नवी दिल्ली आणि CSTARI कोलकाता ऑगस्ट 2018 च्या सत्रापासून ITI मधील सर्व व्यवसायांसाठी वार्षिक पॅटर्न लागू करत आहेत. परीक्षा पद्धतीतही बदल करण्यात येणार असून या वर्षीपासून ती ऑनलाइन होणार असून सर्व प्रश्न वस्तुनिष्ठ स्वरूपाचे (MCQ) असल्याने प्रशिक्षणार्थींना सखोल अभ्यासाची नितांत गरज आहे. हे लक्षात घेऊन जुन्या NIMI पॅटर्नवर आधारित पुस्तके आणि नवीन वार्षिक पॅटर्नचे संपूर्ण विहंगावलोकन सादर करताना आम्हाला आनंद होत आहे आणि आम्हाला आशा आहे की ही पुस्तके सर्व व्यवसाय संचालक आणि प्रशिक्षणार्थींसाठी मार्गदर्शक ठरतील. आहे.

ही पुस्तके लिहिल्याबद्दल जोहर आवटे साहेब, ITI अकलूजचे प्राचार्य. ITI सातारा चे माजी प्राचार्य सायगावकर साहेब, सहाय्यक संचालक श्री चंद्रकांत ढेकणे साहेब व्यवसाय शिक्षण व प्रशिक्षण प्रादेशिक कार्यालय, पुणे, जिल्हा व्यवसाय शिक्षण व प्रशिक्षण अधिकारी सचिन धुमाळ साहेब व मुख्याध्यापिका शासकीय तंत्रनिकेतन केंद्र शाल्मली पवार मॅडम व मुलगा अधिराज डोळे, आई कुसुम डोळे. , माझे वडील मधुकर डोळे आणि पत्नी अश्विनी डोळे यांनी वेळोवेळी केलेल्या विशेष मार्गदर्शन व सहकार्याबद्दल मी त्यांचा मनःपूर्वक आभारी आहे.

तसेच अतिशय कमी कालावधीत पुस्तक प्रकाशित करण्यात अमूल्य वेळ दिल्याबद्दल श्री राजेंद्र घुमे साहेब, सहसंचालक, व्यवसाय शिक्षण व प्रशिक्षण प्रादेशिक कार्यालय, पुणे यांनी पुस्तकाचे पुनरावलोकन केले. त्यांच्या अभिप्रायाबद्दल मी मनापासून आभारी आहे.

पुस्तक लिहिण्याच्या सुरुवातीपासूनच सतत पाठबळ दिल्याबद्दल ITI सातारा च्या प्रशिक्षकांचा मी आभारी आहे.

या पुस्तकातून, ई-लर्निंगबद्दलचे माझे विचार तुमच्याशी शेअर करण्यात मी स्वतःला धन्य समजतो. हे पुस्तक परिपूर्ण आहे असा दावा मी करणार नाही, कारण परिपूर्णतेचा विचार करता हे पुस्तक एक प्रयत्न आहे आणि बाल्यावस्थेत आहे. त्यांची चाचणी आणि सूचना दिल्यास ते सुधारण्यासाठी मोलाचे ठरतील.

मनोज डोळे

दिनांक 9/1/2019

1

ड्राफ्ट्समन सिव्हिल द्वितीय वर्ष QR Code Images

Download App
Online Test Exam
ITI Books
AutoCAD CAM
JOB & Apprentice
Online Theory
Computer Course
Trading Course
CNC Course
MSCIT Course
Shopping Business
Internet Business
Web Designing
Online Services
Top Sportsmans
Indian Army
Freedom Fighters
Top Scientists
Social Reformers
Motivational Speaker
Top Richest People
Join WhatsApp Group
Join Facebook Group
Like Facebook Page
PAN / Adhar / Licence Passport

AutoCAD Command Shortcut Keys

CTRL+Q	Exit public consciousness
CTRL+R	Remove ornamentation
CTRL+S	Save as Stainless Steel
CTRL+SHFT+S	Save as a better design (ie. Titanium)
CTRL+T	Toggles Talent (requires administrative access)
CTRL+V	Value Engineer (reduces scale by 78%)
CTRL+SHFT+V	Pastes data from ArchRecord as Block
CTRL+X	Begin unpaid Furlough
CTRL+Y	Repeats last award winning design
CTRL+Z	Speed dial Zaha Hadid
CTRL+ZZZ	Sleep (not applicable)
CTRL+[	Cancels current schedule
CTRL+\	Cancels current budget
CTRL+ANGST+DEL	(no action)

F1	Displays Help wanted sign in café window
F2	Toggles all text to Helvetica
F3	Toggles Oh-SNAP
F4	Toggles MODERNISM
F5	Toggles ISOLATION
F6	Toggles CORBUSIER
F7	Toggles IRRELEVANT GRID
F8	Toggles ORTHO MODE (should always be on)
F9	Toggles POSTMODERNISM (should always be off)
F10	Toggles NORWAY
F11	Toggles ARROGANCE

AutoCAD Command Shortcut Keys

ALT+F8	Delete detail
ALT+F11	Add white
CTRL+1	Simplify Palette
CTRL+2	Remove Interior Design Palette
CTRL+3	Complicate Construction Process
CTRL+4	Add 4 extraneous sheets
CTRL+5	Remove Client's color Palette
CTRL+6	Remove Client's wife's color Palette (must press hard)
CTRL+7	Markup Set for interns (with only circles and question marks)
CTRL+A	Selects objects in drawing that aren't really needed
CTRL+B	Sends resume to B.I.G.
CTRL+SHIFT+B	Shifts blame to Consultants
CTRL+C	Copies angst to Clipboard
CTRL+SHFT+C	Copies angst to Clipboard with Base Point (ie. Finland)
CTRL+D	Delete relevance
CTRL+E	Cycles through design ideologies
CTRL+F	Flatten all roofs
CTRL+G	Insert 9-square Grid
CTRL+H	Insert Awesomeness
CTRL+L	Adds "Le" in front of all nouns
CTRL+K	Justify design concept
CTRL+L	Left justify design concept
CTRL+M	Less and/or more
CTRL+N	Insert new idea (bills client for additional time required)
CTRL+O	Opens ArchDaily.com
CTRL+P	Prints unemployment check

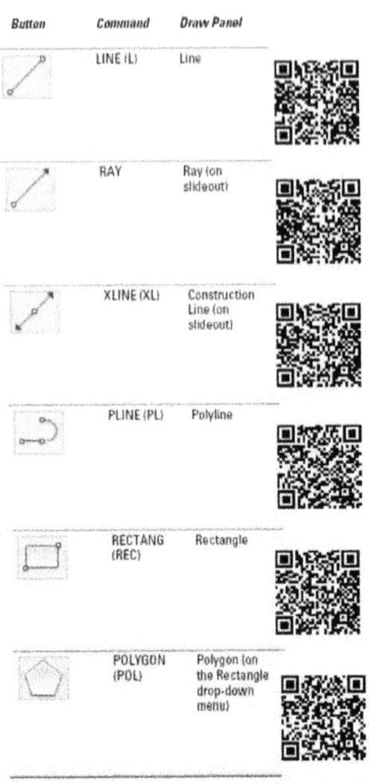

Button	Command	Draw Panel
	LINE (L)	Line
	RAY	Ray (on slideout)
	XLINE (XL)	Construction Line (on slideout)
	PLINE (PL)	Polyline
	RECTANG (REC)	Rectangle
	POLYGON (POL)	Polygon (on the Rectangle drop-down menu)

Button	Command	Modify Panel
	MIRROR (MI)	Mirror
	ROTATE (RO)	Rotate
	SCALE (SC)	Scale
	ARRAYRECT	Rectangula Array

Command	Keystroke	Icon	Menu	Result
Multi Lines	MLINE / ML	No icon	Draw > Multiline	Draws parallel lines based on the parameters you define.
Trim	TRIM / TR		Modify > Trim	Trims objects to a selected cutting edge.
Extend	EXTEND / EX		Modify > Extend	Extends objects to a selected boundary edge.
Offset	OFFSET / O		Modify > Offset	Offsets an object (parallel) by a set distance.
Object Snaps	OSNAP / OS / F3	CLICK OSNAP	Tools > Object Snap Settings	Brings up the OSNAP dialog box

Icon	Command	Location
	EXTEND (EX)	Extend (on drop-down button)
	LENGTHEN (LEN)	Lengthen (on slideout panel)
	BREAK (BR) two points	Break (on slideout panel)
	BREAK (BR) 1 point	Break at point (on slideout panel)
	EXPLODE (X)	Explode
	FILLET (F)	Fillet (on drop-down button)

Command	Keystroke	Icon	Menu	Result
Line	Line / L		Draw > Line	Draws a straight line segment from one point to the next
Circle	Circle / C		Draw > Circle > Center, Radius	Draws a circle based on a center point and radius.
Erase	Erase / E		Modify > Erase	Erases an object
Print	Print / Plot Cntl+P		File > Print	Enables the Plot/Plot Configuration Dialog Box
Undo	U (Don't use 'Undo' for now)		Edit > Undo	Undoes the last command
Rectangle	RECTANGLE / REC		Draw > Rectangle	Draws a rectangle after you enter one corner and then the second

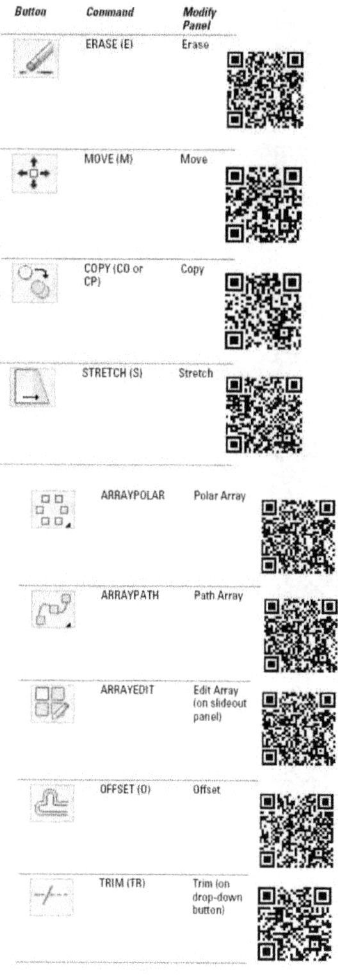

Button	*Command*	*Modify Panel*
	ERASE (E)	Erase
	MOVE (M)	Move
	COPY (CO or CP)	Copy
	STRETCH (S)	Stretch
	ARRAYPOLAR	Polar Array
	ARRAYPATH	Path Array
	ARRAYEDIT	Edit Array (on slideout panel)
	OFFSET (O)	Offset
	TRIM (TR)	Trim (on drop-down button)

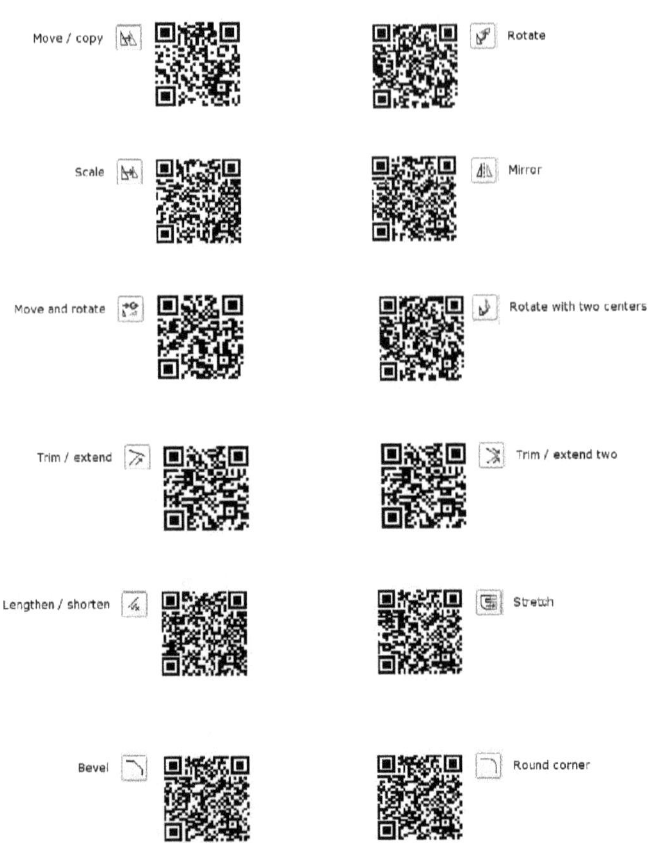

Enter Caption

2

ड्राफ्ट्समन सिव्हिल द्वितीय वर्ष MCQ

1] AutoCAD सॉफ्टवेअरची नवीनतम आवृत्ती कोणती आहे?

अ) 2016

ब) 2017

क) <u>2018</u>

ड) 2019

2] ऑटोकॅडमध्ये गुणधर्म पॅलेट मिळविण्यासाठी कोणती की वापरली जाते?

अ) <u>नियंत्रण+1</u>

ब) नियंत्रण+२

क) नियंत्रण+३

ड) नियंत्रण+४

3] ऑटोकॅड प्रथम वर्षात प्रसिद्ध झाले]

अ) 1858

ब) 1966

क) 1898

ड) <u>1982</u>

4] AutoCAD मध्ये किती युनिट्स उपलब्ध आहेत?

अ) ४

ब) <u>५</u>

क) ७

ड) ६

441] कोणता मोड वापरकर्त्याला 90 ° सरळ रेषा काढू देतो]

a) Osnap

b) Ortho
c) linear
d) polar tracking

5] समांतर रेषा, एकाग्र वर्तुळे आणि समांतर वक्र प्राप्त करण्यासाठी; __________ वापरलेले आहे.

अ) अॅरे
ब) फिलेट
c) कॉपी
ड) ऑफसेट

6] X आणि Y दोन्ही दिशांमध्ये डिफॉल्ट ग्रिड अंतर आहे]

a) 10
b) 20
c) 5
d) 15

7] AutoCAD मध्ये किती वर्कस्पेसेस उपलब्ध आहेत?

अ) २
ब) ४
क) ३
ड) ५

8] स्केल कमांड टाईप करून सहज प्रवेश करता येतो]

a) SL
b) S
c) SC
d) C

9] ऑब्जेक्टला पूर्वनिर्धारित लांबीच्या भागांमध्ये विभागण्यासाठी कोणती कमांड वापरली जाते?

a) विभाजित करा
b) Chamfer
c) ट्रिम
d) मोजमाप

10] वर्तुळात किती पकड बिंदू असतात?

अ) ५
ब) ४
क) ३
ड) २

11] 2D मध्ये चित्र काढताना, तुम्ही कोणत्या अक्षावर काम करत नाही?

अ] एक्स

ब] य

क] झेड

ड] WCS

12] मॉडेल टॅब आणि लेआउट टॅबमधील प्राथमिक फरक _____ आहे.

A] मॉडेल टॅबचा वापर 3D मध्ये काढण्यासाठी केला जातो आणि लेआउट 2D मध्ये रेखाटण्यासाठी वापरला जातो.

ब] मॉडेल टॅब हा आहे जिथे तुम्ही रेखाचित्र तयार करता आणि लेआउट टॅब तुम्ही प्लॉट किंवा मुद्रित कराल त्या शीटचे प्रतिनिधित्व करतो.

C] पार्श्वभूमीचा रंग

डी] मॉडेल टॅब तुम्ही ज्या ड्रॉइंगमधून कॉपी करत आहात ते दाखवतो आणि लेआउट टॅब हा आहे जिथे तुम्ही नवीन ड्रॉइंग तयार करता.

13] खालीलपैकी कोणता वस्तूचा गुणधर्म नाही

अ] रेषेचे वजन

ब] माप

क] हायपरलिंक

ड] उंची

14] कोणती कमांड पॉलीलाइनमध्ये वेगळ्या वस्तू रूपांतरित करते

अ] संघ

ब] वजा करा

क] सामील व्हा

ड] पॉलीलाइन

15] संपूर्ण प्रकल्प प्रिंट करण्यासाठी, तुम्ही काय प्लॉट करायचे याचे नियमन कराल

अ] प्रदर्शन

ब] विस्तारते

क] मर्यादा

ड] खिडकी

16] व्ह्यूपोर्ट्सची उपयुक्तता काय आहे

A] आम्हाला स्क्रीनवर किंवा कागदावर एकाच प्रकल्पाची भिन्न दृश्ये पाहण्याची परवानगी देते

ब] प्रकल्प आमच्याकडून AutoCAD ची नवीन आवृत्ती बनले आहेत हे पाहण्याची क्षमता द्या

C] बाकीच्या भागावर परिणाम न करता आपण योजनेच्या एका भागात बदल करू शकतो

ड] वरीलपैकी काहीही नाही

17] झूम कमांडपासून स्केल कमांडमध्ये काय फरक आहे

अ] सिंगल ऑब्जेक्टसाठी स्केल, तर संपूर्ण योजना झूम करा

ब] फरक नाही

C] H स्केल आकार 10 पट वाढू/संकुचित करू शकतो, तर झूमला मर्यादा नाही

D] <u>H स्केल ऑब्जेक्ट्सचा आकार बदलतो, तर झूम प्रकल्पाची दृश्यमानता बदलते</u>

455] ब्लॉक विशेषता कधी निश्चित करावी

अ] <u>आपण ब्लॉक निश्चित करण्यापूर्वी</u>

ब] जेव्हा मी ब्लॉक बनवतो

क] ब्लॉक निश्चित केल्यानंतर

ड] संख्या काहीही असो

456] तुम्ही ऑफसेट कमांडमधून काय तयार करू शकत नाही

अ] <u>उभा सरळ</u>

ब] एकाग्र वर्तुळे

क] तीन समांतर रेषा

ड] समांतर चाप

457] कोणत्या चिन्हाने स्नॅप पॉइंट सर्वात जवळच्या बिंदूला दाखवतो

अ] मध्यभागी वर्तुळे आणि ठिपके आहेत

ब] दोन त्रिकोणांसह

क] <u>तीन ऑर्थोगोनलसह</u>

ड] डायमंडसह

458] दृष्टीकोन डिझाइन करण्यासाठी कोणत्या राज्य ग्रीडचा वापर केला जातो

अ] पॅरामेट्रिक

ब] <u>आयसोमेट्रिक</u>

क] प्रो-ऑप्टिक

ड] आयताकृती

459] मला दिशेला रेषा काढायची असल्यास 07]30 (स्थानिक वेळ) एक कोन देईल

A] <u>-135 अंश</u>

ब] 270 अंश

C] -225 अंश

ड] वरीलपैकी काहीही नाही

460] जेव्हा निरपेक्ष कार्टेशियन कोऑर्डिनेट्समध्ये A (10.8) आणि B (6.5) बिंदू असतात, तेव्हा A -> B वरून सापेक्ष ध्रुवीय निर्देशांकांसह एक ओळ लिहावी.

A] @ -5 <36.88

ब] @ 4 <30

C] @ 5 <216,88

डी] @ 3 <60

461] रेखांकनातील किमान स्वीकार्य स्तरांची संख्या किती आहे

अ] ०

ब] 5

क] १

ड] २

462] खालीलपैकी कोणता AutoCAD चा कीबोर्ड शॉर्टकट नाही?

अ] Ctrl + P

ब] Alt + F4

C] Ctrl + F4

D] Alt + B

463] आपल्याकडे RGB मध्ये 16,7 M रंग का आहेत

अ] कारण त्यामुळे माणूस ओळखू शकतो

ब] ही ग्राफिक्स कार्डची मर्यादा असल्याने

C] प्रत्येक रंगासाठी आपल्याकडे 256 शेड्स आणि रंगांचे संयोजन तिसरे आहे

D] कारण आम्हाला PC आणि Macintosh मध्ये सुसंगतता हवी आहे

464] कोणती सेटिंग ग्रेडियंट आपल्याला ओपन एरिया भरू देते?

एक अंतर

ब] सहिष्णुता

क] पारदर्शकता

ड] उघडा

465] डावीकडून उजवीकडे आणि विरुद्ध दिशा असे विविध पर्याय कोणते आहेत?

अ] वस्तूंची भिन्न श्रेणी निवडा

ब] वस्तू त्यांच्या रंगानुसार निवडा

क] वस्तू त्यांच्या स्थितीनुसार निवडा

ड] फरक नाही

466] कोणते झूम माउस व्हीलशी संबंधित आहे?

अ] झूम इन / झूम आउट करा

ब] पॅन आणि स्कॅन

क] विस्तार / सर्व

ड] स्केल

467] कोणती आज्ञा आपल्याला काही स्थितीवर आधारित वस्तू निवडण्याची परवानगी देते?

अ] गुणधर्म

ब] Qselect

क] निवड

ड] गुणधर्म

468] x अक्षावर 40 अंशांचा कोन असलेली यादृच्छिक रेषा कशी बनवायची

A] 0 <40 लिहेल

B] 2 <40 लिहील

C] 3<40 लिहेल

D] 4 <40 लिहील

469] खालीलपैकी कोणते फाईल एक्स्टेंशन ऑटोकॅड उघडू शकत नाही

अ] dwg

ब] dxf

क] ठिपका

ड] dws

470] साइटचे परिमाण मोजण्यासाठी हेडबँड असलेला सर्वेक्षक, तो मोजमाप करतो

अ] कोणतीही एक पद्धत नाही

ब] संबंधित कार्टेशियन निर्देशांक

C] संपूर्ण ध्रुवीय समन्वय

ड] वरीलपैकी काहीही नाही

471] Plagiostomi angle साठी कोणती आज्ञा वापरली जाते?

अ] चेंफर

ब] फिलेट

क] ऑफसेट

ड] आरसा

472] मी ब्लॉक एडिटर कधी वापरावे

अ] मजकूर ब्लॉक लिहिण्यासाठी

ब] बाह्य ब्लॉक निश्चित करण्यासाठी

सी] डायनॅमिक ब्लॉक निश्चित करण्यासाठी

डी] ऑटोकॅडच्या दुसऱ्या आवृत्तीमध्ये संग्रहित करण्यासाठी

473] जर स्टोअर असलेली योजना ऑटोकॅड 2006 मध्ये उघडली असेल तर तुम्ही ती त्यात जतन केली पाहिजे.

A] AutoCAD 2004 dwg
ब] ऑटोकॅड 2006 dwg
C] AutoCAD 2007 dwg
ड] वरीलपैकी काहीही नाही
474] प्रिंट स्केल 1]50 म्हणजे
अ] मसुदा मूळपेक्षा ५० पट कमी खर्चिक आहे
ब] A 3 सेमी अर्ध्या मीटरशी संबंधित आहे
C] एक माप 50 सेमीशी संबंधित आहे
ड] वरीलपैकी काहीही नाही
475] UCS अक्षरे काय करतात
अ] एकसमान कॅल्क्युलेटर प्रणाली
ब] युनायटेड सीएडी प्रणाली
C] युनिव्हर्सल CAD सेटिंग्ज
ड] सार्वत्रिक समन्वय प्रणाली

476] दोन नियमित 8-गोनमध्ये काय फरक आहे, जे एक कोरलेले आहे आणि दुसरे गोलाकार वर्तुळ आहे?
अ] फरक नाही
ब] उघडण्याचे वेगवेगळे कोन
क] भिन्न बाजूची लांबी
ड] गर्दीच्या वेगवेगळ्या बाजू

477] जर CCW मापनाच्या निकालाने 135 अंशांचा कोन दिला तर तोच CW कोन मोजला जातो.
A] 225 अंश
ब] -135 अंश
C] -225 अंश
ड] 135 अंश

478] असोसिएटिव्ह हॅच काय करते
अ] आकारात भरणाऱ्या बदलांचे निरीक्षण करते
ब] इतर हॅच योजनेशी संबंधित आहे
क] वरील दोन्ही
ड] वरीलपैकी काहीही नाही

479] कमांड प्लॉट आणि प्रिंटमध्ये काय फरक आहे
अ] प्लॉट कमांड फक्त मोठ्या योजना छापते
B] CNC (CAM) साठी प्लॉट कमांड
क] फरक नाही
D] प्रिंट कमांड A3 आकाराच्या कागदापर्यंत प्रिंट करू शकते

480] मी 1]50 1]10 पासून सुरू केलेल्या प्रोजेक्टची स्केल यादी बदलल्यास
अ] तुम्हाला पुन्हा सुरुवात करावी लागेल
ब] तुम्ही आधीपासून अस्तित्वात असलेल्या वस्तू (स्केल) 5 ने वाढवू नये
क] तुम्हाला आतापर्यंतच्या पद्धतीत काहीही बदल करण्याची गरज नाही
डी] नवीन स्केलवर आधारित जोडल्या जाणाऱ्या नवीन आयटममध्ये रूपांतरित केले जावे

481] खालीलपैकी कोणते लांबी मोजण्याचे एकक नाही?
अ] गज
ब] पारसेक
क] मायक्रोन्स
ड] पदवी

482] Wblock कमांड काय करते
अ] वार्प-स्पीड ब्लॉक
ब] ब्लॉक लिहा
क] विंडो ब्लॉक
ड] वाइड-एरिया ब्लॉक

483] तुम्ही ऑटोकॅड कमांडसह काम करत असताना तुम्ही कुठे लक्ष द्यावे?
अ] रेखाचित्र क्षेत्र
ब] स्टेटस बार
क] टूलबार
ड] कमांड विंडो

484] ध्रुवीय निर्देशांक मुख्यतः रेखांकनासाठी वापरले जातात______
अ] चाप
ब] लंबवृत्त

क] <u>कोनीय रेषा</u>
ड] वरीलपैकी काहीही नाही

485] एखाद्या वस्तूचे किती SNAP बिंदू असतात?
अ] १
ब] ४
क] ५
ड] <u>वस्तूवर अवलंबून</u>

486] आयत कमांडसाठी तुम्हाला किती बिंदू परिभाषित करावे लागतील?
अ] एक
ब] <u>दोन</u>
क] तीन
ड] चार
487] एका आयतामध्ये किती ऑटोकॅड ऑब्जेक्ट्स असतात?
अ] <u>एक</u>
ब] दोन
क] तीन
ड] चार

488] तुम्ही वस्तूंचा संच निवडत असताना एखाद्या वस्तूची निवड कशी रद्द कराल?
A] Ctrl+ काढून टाकायच्या ऑब्जेक्टवर क्लिक करा
ब] <u>Shift + काढून टाकायच्या ऑब्जेक्टवर क्लिक करा</u>
C] Alt + काढून टाकायच्या ऑब्जेक्टवर क्लिक करा
ड] वरीलपैकी काहीही नाही

489] 0,5 ते 5,5 पर्यंतची रेषा _________ किती लांब असेल?
अ] 10 युनिट्स
ब] <u>5 युनिट्स</u>
क] 15 युनिट्स
ड] वरीलपैकी काहीही नाही
490] वस्तू भोवती फिरवल्या जातात
अ] वस्तूचा तळ
ब] <u>मूळ बिंदू</u>
C] वस्तूचे केंद्र

ड] मूळ
491] रेखाचित्राचे मूळ येथे आहे
अ] ०,०
ब] 1,0
क] 0,1
ड] १,१
492] तुम्ही रेखांकनातील वस्तूंचा संच कसा निवडाल?
अ] उजवीकडून डावीकडे काढलेल्या क्रॉसिंग विंडोद्वारे
ब] डावीकडून उजवीकडे काढलेल्या क्रॉसिंग विंडोद्वारे
C] Shift+ वस्तूंवर क्लिक करणे
ड] वरीलपैकी काहीही नाही
493] फिलेट कमांड __________ मिळविण्यासाठी वापरली जाऊ शकते
अ] धारदार कोपरे
ब] गोल कोपरे
क] वरील दोन्ही
ड] वरीलपैकी काहीही नाही
494] ध्रुवीय ॲरे नवीन वस्तू तयार करतात_____
अ] ग्रिड पॅटर्नमध्ये
ब] गोलाकार नमुना मध्ये
क] सरळ रेषेत
ड] वरील सर्व
495] रेखांकनाला किती स्तर असावेत?
अ] १
ब] २
क] जटीलतेवर अवलंबून तितके
ड] वरीलपैकी काहीही नाही
496] स्केलिंग वस्तू त्या बनवतात_______
अ] लहान
ब] मोठा
क] एकतर लहान किंवा मोठा
ड] वरीलपैकी काहीही नाही
1 ऑटो CAD मध्ये रेखा काढण्यासाठी तुम्ही कोणत्या कमांडवर क्लिक करता
एक मंडळ
बी लाइन

C चाप

डी पूर्ववत करा

उत्तर- बी

2 कोणत्या मेनूबारमधून तुम्हाला 'लाइन' कमांड मिळेल

एक मांडणी

बी सुधारित करा

सी ड्रॉ

डी घाला

उत्तर- सी

4 दोन टोकांवर आधारित वर्तुळ तयार करण्यासाठी तुम्हाला कमांडचा कोणता पर्याय निवडावा लागेल

व्यासाचे बिंदू

एक 2 पी

बी 3 पी

C TTR केंद्र

डी त्रिज्या

उत्तर- ए

5 वर्तुळ वापरण्यासाठी तुम्ही कोणता कीस्ट्रोक टाइप करता

आज्ञा

एक CO

इ.स.पू

CO

डी.एल

उत्तर- बी

7 आर्क कमांडमधील 'SER' म्हणजे काय?

प्रारंभ समाप्ती त्रिज्या

B सुरुवात शेवटची फेरी

C सोपे त्रिज्या सुरू करा

D द्वितीय अंत त्रिज्या

उत्तर- ए

10 ऑटो CAD मध्ये कोणत्या मेनू बारमध्ये इरेज कमांड आहे

एक ड्रॉ

बी सुधारित करा

सी लेयर

डी सेटिंग

उत्तर- बी

11 मध्ये इरेज कमांडसाठी कीस्ट्रोक काय आहे

ऑटो CAD

एक ER

बी.ई

C ES

डी ईएल

उत्तर- बी

13 ‘अनडू’ साठी शॉर्टकट की काय आहे

ऑटो CAD मध्ये कमांड

A Ctrl + R

B Ctrl + Z

C Ctrl + V

D Ctrl + C

उत्तर- बी

14 कोणत्या मेनू टॅबमध्ये पूर्ववत कमांड आहे

ऑटो CAD

एक ड्रॉ

बी सुधारित करा

सी संपादित करा

डी नवीन

उत्तर- सी

15 पूर्ववत करण्याची पर्यायी आज्ञा काय आहे

पुन्हा करा

बी पुसून टाका

सी हटवा

डी डॉट

उत्तर- ए

16 कोणत्या मेनू टॅबमधून तुम्हाला ‘ब्रेक’ सापडतो

ऑटो CAD मध्ये कमांड

एक ड्रॉ

बी संपादन

सी लेयर

डी सुधारित करा

उत्तर- डी

17 ब्रेक कमांडसाठी कीस्ट्रोक काय आहे

एबी

B BR

सी बीएस

डी EX

उत्तर- बी

18 आपण ऑटोमध्ये 'ब्रेक' कमांड का वापरतो

CAD

A ऑब्जेक्ट मिटवण्यासाठी

वस्तूचे दोन भागांमध्ये विभाजन करण्यासाठी B

C ऑब्जेक्ट भाग विस्तारित करण्यासाठी

D निवडलेला भाग ट्रिम करण्यासाठी

उत्तर- बी

2 कोणत्या टूलबारमध्ये तुम्हाला 'मूव्ह' सापडते

ऑटो CAD मध्ये कमांड

एक ड्रॉ

बी नवीन

सी सुधारित करा

डी संपादित करा

उत्तर- सी

3 'कॉपी' कमांडसाठी कीस्ट्रोक काय आहे

AutoCAD मध्ये

एक CY

बी सीसी

सीसी

डी सीओ ''

उत्तर- डी

4 AutoCAD मधील 'कॉपी' कमांडचे ऍप्लिकेशन काय आहे

लक्ष्य बिंदूवर समान वस्तूंचा गुणाकार.

B ऑब्जेक्ट वाढवा

C वस्तू हलवा

डी आदेशाची पुनरावृत्ती.

उत्तर- ए

5 साठी AutoCAD मधील 'ट्रिम' कमांड आवश्यक आहे

_______ ऑब्जेक्ट

एक रेखाचित्र

ब बदलत आहे

C भाष्य करणे

डी स्वरूपन

उत्तर- बी

6 'ट्रिम' कमांडसाठी शॉर्टकट की काय आहे

एक टीआर

बी टीपी

सी टीटी

डी टीके

उत्तर- ए

9 फिलेट कमांड म्हणजे काय

तीक्ष्ण धार गोलाकार

ब तीक्ष्ण धार कापून

C कोपऱ्याची धार तोडणे

D धार वाढवा

उत्तर- ए

10 'Fillet' कमांडसाठी शॉर्टकट की काय आहे

एसी

बीबी

CF

डी.एल

उत्तर- सी

11 कोणत्या ड्रॉप डाउन मेनूमध्ये 'Fillet' कमांड आहे

एक भाष्य

बी पॅरामेट्रिक

सी सुधारित करा

डी पहा

उत्तर- सी

12 'Chamfer' चे कमांड प्रॉम्प्ट म्हणजे काय

AF

बी चा

C माजी
डी.एल
उत्तर- बी
13 तुम्ही 'Chamfer' कमांड का वापरता
तीक्ष्ण कोपरा बेवेल करण्यासाठी A
रेषा तोडण्यासाठी बी
C ते दोन कोपऱ्यांची त्रिज्या
दोन कोपरे ट्रिम करण्यासाठी डी
उत्तर- ए
15 'Rotate' चे कमांड प्रॉम्प्ट म्हणजे काय?
एक आरई
बी आरओ
सीआर
डी एक्सआर
उत्तर- बी
16 'स्केल' ची शॉर्टकट कमांड म्हणजे काय
एक अनुसूचित जाती
बी.ए
सीबी
डी.एस
उत्तर- ए
17 कोणत्याही रेखांकनाला मोठे करण्यासाठी तुम्ही कोणती कमांड वापरता
एक प्रत
बी स्केल
C मिटवा
डी फिरवा
उत्तर- बी
18 कोणती आज्ञा दिलेल्या चिन्हाद्वारे दर्शविली जाते
एक आयत
बी ऑफसेट
सी स्केल
डी कॉपी
उत्तर- सी
2 इन्सर्टब्लॉकसाठी कोणता कमांड प्रॉम्प्ट वापरला जातो

ए.जे
BI
सीएल
डीसी
उत्तर- बी
3 ब्लॉकसाठी I/Block चा मूलभूत वापर काय आहे
A पुन्हा वापरता येण्याजोग्या सामग्रीसाठी
B सामग्री पुन्हा तयार करण्यासाठी
वस्तू बनवण्यासाठी C
सामग्री संपादित करण्यासाठी डी
उत्तर- ए
4 कोणत्या मेनू बारमध्ये ब्लॉक कमांड आहे
एक घाला
बी ड्रॉ
सी सुधारित करा
डी परिमाण
उत्तर- ए
5 ब्लॉक कमांड बनवण्यासाठी शॉर्टकट की काय आहे
AI
बीबी
सीसी
डी.एल
उत्तर- बी
6 ब्लॉक बनवण्यासाठी आवश्यक ऑब्जेक्ट बनवल्यानंतर कोणती कमांड वापरली जाते
आरसा
बी ब्लॉक
सी कॉपी
डी ॲरे
उत्तर- बी
7 कोणत्या कमांड पॅनेलमध्ये 'हॅच' कमांड आहे
एक घाला ब्लॉक
बी ड्रॉ
सी लेयर
डी सुधारित करा

उत्तर- बी

8 'हॅच' कमांडचा शॉर्टकट काय आहे

एबी

BI

सीएच

डीएम

उत्तर- सी

9 'हॅच' कमांडचा उपयोग काय आहे

A एकाधिक ऑब्जेक्ट बनवणे

B नमुन्याने संलग्न क्षेत्र भरण्यासाठी

C नवीन क्लोज ऑब्जेक्ट तयार करण्यासाठी

डी ऑब्जेक्ट विभाजित करण्यासाठी

उत्तर- बी

11 कोणत्या कमांड विंडोमध्ये तुम्हाला ग्रेडियंट सापडतो

एक ब्लॉक

बी हॅच

C मंडळ

डी ॲरे

उत्तर- बी

13 ऑटो CAD मध्ये ॲरे कमांडचे ऍप्लिकेशन काय आहे

आयताकृती किंवा गोलाकार पॅटर्नमध्ये निवडलेल्या ऑब्जेक्टच्या वितरित प्रती

B विक्षेपित ऑब्जेक्ट तयार करण्यासाठी

C अनियमित स्वरूपात ऑब्जेक्ट कॉपी करण्यासाठी

डी विखुरलेली आरशाची प्रतिमा तयार करणे

उत्तर- ए

14 ऑटो CAD मध्ये किती प्रकारचे ॲरे कमांड आहेत

A 3

ब २

क १

डी ४

उत्तर- सी

15 ध्रुवीय ॲरे म्हणजे काय

A गोलाकार नमुन्यात ऑब्जेक्टच्या अनेक प्रती तयार करणे

B कोणतीही वस्तू गोलाकार नमुन्यात काढणे

C कोणतीही वस्तू उबविण्यासाठी

D कोणतीही वस्तू हलविण्यासाठी

उत्तर- ए

16 कोणत्या कमांड पॅनेलमध्ये ॲरे कमांड आहे

एक बदल

बी ड्रॉ

सी परिमाण

मसुदा सेटिंग

उत्तर- ए

17 ॲरे कमांड वापरण्याचा मुख्य फायदा काय आहे

A हे तुम्हाला वस्तूंची विशिष्ट कोनात आणि कॉपीची अचूक संख्या कॉपी करण्याची परवानगी देते

B ऑब्जेक्ट मोठे करण्यासाठी

C ऑब्जेक्टची सीमा जोडण्यासाठी

D वस्तूची मिरर इमेज तयार करणे

उत्तर- ए

18 ॲरे कमांडचा शॉर्टकट म्हणजे काय

ए.ए

बी एआर

सीबी

डी.सी

उत्तर- बी

1 AutoCAD मध्ये टेम्पलेट काय आहे

AA फाइल जी विशिष्ट अनुप्रयोगासाठी आधीच सेट केलेली आहे

BA फाइलमध्ये वेगवेगळ्या प्रकारच्या आकृती असतात

एकसारखे ऑब्जेक्ट तयार करण्यासाठी CA कमांड

ब्लॉक बनवण्यासाठी DA कमांड

उत्तर- ए

2 निवडलेली टेम्पलेट फाइल ऑटो CAD________ मध्ये उघडली जाते

एक मॉडेल जागा

B लेआउट जागा

C कामाची जागा

डी जागा

उत्तर- बी

3 टेम्प्लेट उघडण्यासाठी कोणती कमांड वापरली जाते

एक नवीन

बी उघडा

सी घाला

डी स्वरूप

उत्तर- ए

4 नवीन स्तर तयार करण्यासाठी तुम्ही कुठे क्लिक कराल

एक थर गुणधर्म

बी ब्लॉक

सी स्केल

डी सर्कल

उत्तर- ए

5 स्तर कसे मदत करतात

एक थर अनेक वस्तू बनवतो

बी लेयर एकसारख्या वस्तू तयार करते

सी लेयर्स ऑब्जेक्ट्सच्या समूहाचे गुणधर्म सहज नियंत्रण आणि संपादित करण्यास अनुमती देतात

डी लेयर ब्लॉक ऑब्जेक्ट बनवते

उत्तर- सी

6 ज्या पुल डाउन मेनूमध्ये लेयर आहे

एक स्वरूप

बी ड्रॉ

C भाष्य

डी मदत

उत्तर- ए

7 खालीलपैकी लेयर डायलॉग बॉक्समध्ये तुम्हाला काय आढळते

एक स्केल

बी लाइन प्रकार

सी कॉपी

डी विस्थापन

उत्तर- बी

8 लेयर डायलॉगमध्ये स्क्रीनवरून लेयर गायब करण्यासाठी कोणत्या चिन्हावर क्लिक करावे

बॉक्स

फ्रीझवर चिन्ह

ब बल्ब वर

C ऑन लॉक चिन्ह

डी बॉक्स चिन्हावर

उत्तर- बी

9 लेयरची शॉर्टकट कमांड काय आहे

एक LA

B L1

सीएल

डी LO

उत्तर- ए

10 तुम्हाला 'DIMALINIER' आदेशाचा अर्थ काय आहे?

A रेखीय परिमाण काढण्यासाठी

B संरेखित परिमाण काढण्यासाठी

C व्यास वर्तुळासाठी परिमाण काढणे

D कोनीय परिमाण काढण्यासाठी

उत्तर- ए

12 वर्तुळ किंवा चाप साठी त्रिज्या साठी परिमाणे आदेश काय आहे

एक QLEADER

B DIMEDIT

C DIMRADIUS

डी डिमडियामीटर

उत्तर- सी

13 स्वतःच्या डायमेंशन स्टाइलसाठी कोणती कमांड वापरली जाते

एक DIEMDIT

B DIMSTYLE

C DIM

डी अँगुलर डिमरायस

उत्तर- बी

16 यापैकी कोणता पर्याय पॅलेट मोडीफाय डायमेंशन स्टाइल डायलॉग बॉक्समध्ये आढळतो

एक प्राथमिक युनिट्स

बी ध्रुवीय ट्रॅकिंग

सी स्तरानुसार

डी स्वरूप

उत्तर- ए

17 नवीन आयाम शैली तयार करण्यासाठी कमांड प्रॉम्प्ट काय असेल

एक DDIM

B DIMEDIT

C QLEADER

DIM त्रिज्या

उत्तर- ए

1 तुम्हाला 3D म्हणजे काय म्हणायचे आहे

एक चार आयाम

B त्रिमिती

C दोन मिती

डी एक परिमाण

उत्तर- बी

2 3D चा फायदा काय आहे

A डिझाइनमधील आकार कमी करण्यास मदत करते

B तुम्हाला डिझाइनची संकल्पना तयार करण्यात मदत करते

C डिझाईनमधील काम संपादित करण्यास मदत करते

D रेखाचित्र मुद्रित करण्यास मदत करते

उत्तर- बी

3 डी ड्रॉईंग वातावरणासाठी ऑटो CAD विंडोवर तुम्ही कोणत्या टूलबारवर क्लिक करता

एक ड्रॉ

बी सुधारित करा

C कार्यक्षेत्र

डी स्वरूप

उत्तर- सी

4 कोणत्या कमांड पॅनेल / रिबनमध्ये 3D मॉडेलिंग ड्रॉईंग स्पेसमध्ये 3D प्रिमिटिव्ह आहेत

एक घर

बी घन

सी घाला

डी पहा

उत्तर- बी

6 या पर्यायांपैकी कोणती 3D प्रिमिटिव्ह कमांड आहे

एक लाइन
ब बहुभुज
C मंडळ
डी कोन
उत्तर- डी
7 Extrude कमांडचा शॉर्टकट काय आहे
एक माजी
बी.ई
C Ext
डी ईडी
उत्तर- सी
8 बाहेर काढण्याची उंची कोणत्या दिशेने मोजली जाते
AX दिशा
दिग्दर्शनानुसार
CZ दिशा
D XZ दिशा
उत्तर- सी
9 रिव्हॉल्व्ह कमांडचा शॉर्टकट काय आहे
ए.आर
बी आरई
C REV
डी आरईसी
उत्तर- सी
10 revolve कमांड का वापरली जाते
A ठोस मॉडेल तयार करण्यासाठी
B 2D ऑब्जेक्ट तयार करण्यासाठी
C ऑब्जेक्ट फिरवण्यासाठी
वस्तू हलविण्यासाठी डी
उत्तर- ए
11 UCS चे पूर्ण रूप काय आहे
सार्वत्रिक समन्वय प्रणाली
समन्वय प्रणाली वापरा
सामान्य समन्वय प्रणाली
युनियन समन्वय प्रणाली

उत्तर- बी

12 UCS चे डिफॉल्ट मूळ आहे

एक जग

बी वर्तमान

सी युनिव्हर्सल

डी लोकल

उत्तर- ए

13 कोणत्या कमांड पॅनेलमध्ये तुम्हाला 3D रोटेट सापडेल

एक बदल

बी ड्रॉ

C स्वरूप

डी घाला

उत्तर- ए

14 3D रोटेट कमांड वापरणे काय आहे

A 3D ऑब्जेक्ट फिरवण्यास मदत करते

B 3D ऑब्जेक्ट कॉपी करण्यास मदत करते

C 3D ऑब्जेक्ट खेचण्यास मदत करते

D 3D ऑब्जेक्ट संरेखित करण्यास मदत करते

उत्तर- ए

15 ऑटो CAD विंडोमध्ये प्लॉट कमांडसह कोणते रिबन एकत्र केले आहे

एक घर

बी आउटपुट

सी लेआउट

डी पहा

उत्तर- बी

16 प्रिंट कमांडचा शॉर्टकट म्हणजे काय

Ctrl + X

B Ctrl + C

C Ctrl + P

D Ctrl + F

उत्तर- सी

17 पूर्ण पूर्वावलोकन काय आहे

प्लॉट सेटिंग नंतर प्रिंटचे पूर्वावलोकन करा

B भागांच्या रेखांकनाचे पूर्वावलोकन

C वस्तू योग्यरित्या रेखाटणे

डी उत्तम प्रकारे रेखाचित्र मुद्रित करा

उत्तर- ए

18 कोणत्या कमांड डायलॉग बॉक्समध्ये पूर्वावलोकन कमांड समाविष्ट आहे

एक प्लॉट

B मसुदा सेटिंग

C ड्रॉइंग युनिट्स

डी प्लॉटर व्यवस्थापक

उत्तर- ए

1] खालीलपैकी कोणती मानवाची मूलभूत गरज आहे?

अ] पत्रक

ब] निवारा

क] झोपड्या

ड] झाड

2] खालीलपैकी कोणते बाहेरील दृश्याला जास्त महत्त्व देते?

अ] पैलू

ब] संभावना

क] गटीकरण

डी] प्रकाशयोजना

3] दिलेल्या योजनेचा आकार काय आहे?

अ] चौकोन

ब] आयत

C] आयताकृती

D] वर्तुळ

4] एकाच मजल्यावरील अभिसरणाचे दुसरे नाव काय आहे?

अ] क्षैतिज अभिसरण

ब] अनुलंब अभिसरण

C] Zig - Zag अभिसरण

D] वळण अभिसरण

5] जमीन किंवा इमारतीत कोणाला कायदेशीर स्वारस्य आहे?

अ] पट्टेदार

ब] गहाण

क] गहाण ठेवणारा

D] मालक

6] खालीलपैकी कोणता आकार घराला कॉम्पॅक्ट बनवतो?

अ] चौकोन

ब] आयत

C] आयताकृती

D] वर्तुळ

7] नियोजन करताना खालीलपैकी कोणत्या मानकांचा विचार केला पाहिजे?

A] नियोजनासाठी IS कोड

B] ISI

C] NBC 2005

D] स्थानिक इमारत - उपविधी

8] प्लॉटची कायदेशीरता प्रदान करण्यासाठी कोण जबाबदार आहे?

अ] पट्टेदार

ब] गहाण

क] गहाण ठेवणारा

D] मालक

9] स्वयंपाकघर आणि ड्रॉईंगजवळ कोणती खोली असावी?

अ] बेड रूम

ब] दिवाणखाना

C] जेवणाची खोली

ड] हॉल

10] निवासी इमारतीत शिकण्यासाठी आणि वाचण्यासाठी कोणती खोली दिली जाते?

अ] ड्रॉइंग रूम

B] अभ्यासाची खोली

C] मनोरंजन क़क्ष

ड] कामाची खोली

11] खोलीचे नाव काय आहे?

अ] बेड रूम
B] अभ्यासाची खोली
C] जेवणाची खोली
D] बहुउद्देशीय खोली
12] अर्थव्यवस्थेच्या उभारणीत कसे साध्य झाले?
अ] साधी उंची प्रदान करणे
B] मजल्याची उंची वाढवणे
सी] पायऱ्यांच्या वाढत्या पायऱ्या
D] मोठ्या आकाराच्या घटकाचा वापर करणे
13] जिना वगळता वापरण्यायोग्य मजल्याच्या क्षेत्राचे नाव काय आहे?
अ] अभिसरण क्षेत्र
ब] चटई क्षेत्र
क] झाकलेले क्षेत्र
D] प्लिंथ क्षेत्र
14] मजल्याच्या पातळीवर बांधलेल्या क्षेत्राचे नाव काय आहे?
अ] प्लिंथ
ब] प्लिंथ क्षेत्र
C] प्लिंथची उंची
D] प्लिंथ पातळी
15] मजल्याच्या क्षेत्रफळाच्या गुणोत्तराचे सूत्र काय आहे?
A] (भिंतींचे एकूण क्षेत्रफळ / एकूण भूखंड क्षेत्र) x 100
B] (सर्व मजल्यांचे एकूण क्षेत्रफळ / भिंतींचे एकूण क्षेत्रफळ) x 100
C] (सर्व मजल्यांचे एकूण क्षेत्रफळ / एकूण भूखंड क्षेत्र) x 100
D] (एकूण भूखंड क्षेत्र / सर्व मजल्यांचे एकूण क्षेत्रफळ) x 100
16] विद्युत पुरवठा यंत्रे बांधण्यासाठी किती अंतर असावे?

अ] १.० - १.८ मी

ब] १.० - २.० मी

क] १.२ - २.० मी

डी] १.५ - २.० मी

17] NBC - 2005 नुसार किमान स्केल किती आहे ज्याची मुख्य योजना तयार करणे आवश्यक आहे?

अ] ०१]५०

ब] १]१००

क] १]२००

ड] १] ४००

18] सक्षम प्राधिकाऱ्याने कोणती योजना मंजूर आणि मंजूर केली आहे?

अ] मंजूर योजना

B] मंजूर योजना

C] मुख्य योजना

D] साइट योजना

19] 1]10000 मध्ये शेजारच्या सीमारेषेनुसार स्थान देणाऱ्या योजनेचे नाव काय आहे?

अ] साइट योजना

ब] मुख्य योजना

C] मांडणी योजना

D] मंजूर योजना

20] निवासस्थानाचे दुसरे नाव काय आहे?

अ] पंक्ती इमारत

ब] निवासी इमारत

C] व्यावसायिक इमारत

D] शैक्षणिक इमारत

21] वरून दिसणाऱ्या आडव्या कापलेल्या इमारतीचे नाव काय आहे?

एक योजना

ब] विभाग

क] उंची

D] विभागीय उंची

22] "उपविभागीय योजना" चे दुसरे नाव काय आहे?

अ] मुख्य योजना

B] मांडणी योजना

C] मंजूर योजना

D] मंजूर योजना

23] NBC 2005 नुसार निवासी इमारतीत जास्तीत जास्त किती मजल्यांना परवानगी दिली जाऊ शकते?

अ] २ मजले

B] 3 मजले

C] 4 मजले

D] 5 मजले

24] खालीलपैकी कोणता IS कोड अग्निसुरक्षेसाठी वापरला जातो?

A] IS 1641 - 1960

B] IS 456 - 200

C] IS 291 - 1972

D] IS 10711 - 1984

25] अग्निसुरक्षेसाठी खालीलपैकी कोणते घटक इमारतीत सुटका घटक म्हणून वापरले जातात?

अ] लॉबी

ब] मजबूत खोली

क] मजले

D] बाह्य भिंती

26] MOEF चे संक्षेप काय आहे?

अ] पर्यावरण आणि वन मंत्रालय

B] पर्यावरण आणि महासंघ मंत्रालय

C] पर्यावरण आणि वन मंत्रालय

D] पर्यावरण मंत्रालय आणि

27] वन संवर्धन कायदा कोणता संमत झाला?

अ] १९९२

ब] 1980

क] १९७२

डी] 2000

28] खाली दिलेल्या आकृतीचे नाव काय आहे?

अ] स्टॅक प्रभाव

B] वाऱ्याचा प्रभाव

C] यांत्रिक प्रभाव

डी] कृत्रिम प्रभाव

29] खालीलपैकी कोणते दार आणि दरवाजाचे शटरचे प्रकार खोलीला अधिक गोपनीयता देतात?

अ] मध्यभागी दरवाजा - एकल शटर

B] मध्यभागी दरवाजा - दुहेरी शटर

C] कोपरा दरवाजा - एकल शटर

D] कोपरा दरवाजा - दुहेरी शटर

30] निवासी इमारतीतील बेडरुमशी तुलना करता, निवासी इमारतीतील खालीलपैकी कोणत्या खोलीत प्रति तास जास्त हवा बदलणे आवश्यक आहे?

अ] ड्रॉइंग रूम

B] मास्टर बेड रूम

क] किचन

ड] हॉल

31] इमारतीचे क्षेत्रफळ समान असल्यास, खालीलपैकी कोणती इमारत एक मजलीच्या तुलनेत स्वस्त आहे?

अ] २ मजली इमारत

B] 3 मजली इमारत

C] 4 मजली इमारत

D] 5 मजली इमारत

32] इमारतीच्या अभिमुखतेचा महत्त्वाचा फायदा खालीलपैकी कोणता आहे?

अ] सौंदर्याचा

B] ऊर्जा बिलात कपात

C] सुधारित रक्ताभिसरण

D] बाहेरील प्रक्षेपण

33] NBC 2005 नुसार बिल्डिंग प्लॅन तयार करण्यासाठी किमान स्केल किती आहे?

अ] १]५०

ब] १]१००

क] १]२००

ड] १] ४००

34] कोणत्या ऋतूत इमारतीला जास्त प्रकाश मिळतो?

अ] उन्हाळा

B] हिवाळा
क] वसंत ऋतु
D] शरद ऋतूतील
35] उद्योगासाठी जास्तीत जास्त कव्हर केलेले क्षेत्र किती आहे?
अ] साइट क्षेत्राच्या 40%
B] साइट क्षेत्राच्या 50%
सी] साइट क्षेत्राच्या 60%
डी] साइट क्षेत्राच्या 70%
36] गट संस्थात्मक इमारतीचे वर्गीकरण काय नाव आहे?
अ] गट क
ब] गट ई
क] गट एच
D] गट I
37] कोणत्या प्रकारची इमारत H गटात येते?
अ] घातक
ब] औद्योगिक
C] स्टोरेज
D] व्यवसाय
38] सीमा आणि इमारत यांच्या समांतर भागाचे नाव काय आहे?
अ] अबट ओळ
ब] मागील ओळ सेट करा
क] प्लॉट लाइन
D] प्लिंथ लाइन
39] चटई क्षेत्रफळाचे सूत्र काय आहे?
अ] एकूण भूखंड क्षेत्र - अभिसरण क्षेत्र
ब] एकूण अभिसरण क्षेत्र - मजला क्षेत्र
C] एकूण मजला क्षेत्र - अभिसरण क्षेत्र
ड] सर्व मजल्यांचे एकूण क्षेत्रफळ - भिंतीचे क्षेत्रफळ
40] FSI चे पूर्ण रूप काय आहे?
अ] फ्लोअर साइट इंडेक्स
B] फ्लोअर स्पेस इंडेक्स
C] मजला पायर्या निर्देशांक
D] मजला मजला निर्देशांक
41] सार्वजनिक इमारतींमध्ये किती लोकांना एक वॉश बेसिन आवश्यक आहे?

A] 100

ब] 150

क] १७५

डी] २००

42] कोणत्या इमारतीत झोपण्याची आणि स्वयंपाकाची सोय आहे?

अ] संस्थात्मक इमारत

ब] शैक्षणिक इमारत

C] निवासी इमारत

D] हॉटेल इमारत

43] WRT NBC 2005 या निवासी इमारतीतील महत्त्वाची खोली कोणती आहे?

स्वयंपाक घर

B] बेड रूम

क] हॉल

D] ड्रॉइंग रूम

44] NBC 2005 नुसार कॉंक्रीट छप्पर असलेल्या निवासी इमारतीचा सामान्य जीवन कालावधी किती आहे?

अ] ५०

B] 75

C] 100

डी] 110

45] कोणत्या गटात कोणत्या कस्टोडियल संस्था येतात?

अ] शैक्षणिक इमारत

ब] संस्थात्मक इमारत

C] विधानसभा इमारत

डी] व्यवसाय इमारत

46] WRT ते NBC 2005 सार्वजनिक इमारतीमधील राइझरची स्वीकार्य उंची किती आहे?

A] 12 सेमी

B] 15 सेमी

C] 17 सेमी

D] 19 सेमी

47] पंक्ती इमारत कोणत्या वर्गीकरणात येते?

अ] सार्वजनिक इमारत

ब] निवासी इमारत

C] शैक्षणिक इमारत

डी] संस्थात्मक इमारत

48] रेस्टॉरंट किचनमध्ये प्रति तास लीड एअर चार्जेस किती लागतात?

अ] ८

ब] १०

क] १२

ड] १४

49] इमारतीच्या कोणत्या वर्गीकरणात सर्वाधिक FAR परवानगी आहे?

अ] निवासी इमारत

ब] शैक्षणिक इमारत

C] संस्थात्मक इमारत

डी] मर्केंटाइल इमारत

50] व्यावसायिक इमारतीसाठी अनुज्ञेय एफएआर काय आहे?

अ] १.५

ब] २

क] २.५

डी] ३

51] जमिनीखालील खरेदीमध्ये प्रयोगशाळा कोठे येतात?

अ] मर्केंटाइल इमारत

ब] व्यवसाय इमारत

C] औद्योगिक इमारत

D] शैक्षणिक इमारत

52] असेंब्ली बिल्डिंग डिझाईन करताना डिझाईन इंजिनीअरसाठी कोणत्या मूलभूत तपशीलांची आवश्यकता असते?

अ] भूखंडाचे क्षेत्रफळ

ब] निश्चित जागांची संख्या

क] प्लॉटचे स्थान

D] एकूण मजला क्षेत्र

53] CPU चे पूर्ण रूप काय आहे?

A] क्राफ्ट प्रोसेसिंग युनिट (CPU)

B] कोड प्रोसेसिंग युनिट (CPU)

C] सेंट्रल प्रोसेसिंग युनिट (CPU)

डी] सीडी प्रोसेसिंग युनिट (सीपीयू)

54] प्रथम मायक्रो प्रोसेसरचा शोध कोणत्या वर्षी लागला?

अ] १९७०

ब] १९७१
क] १९७२
डी] 1973
55] आकृतीचे नाव काय आहे?

अ] उंदीर
B] मॉनिटर
C] कीबोर्ड
D] प्लॉटर
56] CADD चे पूर्ण रूप काय आहे?
अ] कॉम्प्युटर एडेड डिझाईनिंग आणि ड्राफ्टिंग
B] संगणक सहाय्यित मसुदा आणि रेखाचित्र
C] संगणक सहाय्यित रेखाचित्र आणि डिझाइनिंग
D] संगणक सहाय्यित रेखाचित्र
57] प्रति इंच (DPI) सर्वाधिक बिंदू किती आहे ते एक प्रिंट करू शकते
A] 800 dpi
B] 1000 dpi
C] 1200 dpi
D] 1400 dpi
58] GUI चे पूर्ण रूप काय आहे?
A] गोल्डन यूजर इन्स्टॉलेशन
B] ग्राफिकल वापरकर्ता स्थापना
C] ग्राफिकल यूजर इंटरफेस
D] भौमितिक वापरकर्ता इंटरफेस
59] खाली दिलेल्या टूलबारचे नाव काय आहे?

अ] काढा

ब] सुधारित करा

क] आकारमान

डी] व्हिज्युअल शैली

60] फंक्शन की F3 चा उपयोग काय आहे?

अ] OSNAP

B] टॅब्लेट

C] आयसोप्लेन

ड] म्हणून जतन करा

61] खालीलपैकी कोणते सॉफ्टवेअर ऑटोकॅड इंस्टॉलेशनसाठी मर्यादित आहे?

अ] विंडोज डॉस

ब] विंडोज ९८

C] Windows 03

डी] विंडोज १०

६२] ऑटोकॅड १९ काम करणारी सर्वात कमी रॅम कोणती आहे?

A] 1 GB

B] 2 GB

C] 3 GB

D] 4 GB

63] 'X' म्हणून दर्शविलेल्या विभागाचे नाव काय आहे?

अ] उत्पादन की

ब] ऑटो की

C] उत्पादन क्रमांक

D] अनुक्रमांक

64] खाली दिलेल्या आकृतीतील कमांडचे नाव काय आहे?

अ] तारा आदेश

B] ॲरे कमांड

C] पॉइंट कमांड

D] ट्रिम आदेश

65] खाली दिलेल्या आकृतीत कमांडचे नाव काय आहे?

अ] ऑफसेट

B] आकुंचन रेषा

क] बहु रेषा

D] P ओळ

66] खाली दिलेल्या आकृतीत कमांडचे नाव काय आहे?

A] P ओळ

B] M रेषा

क] स्प्लाइन

डी] पॉली लाइन

67] UCS चे पूर्ण रूप काय आहे?

A] वापरकर्ता CAD प्रणाली

B] वापरकर्ता CADD प्रणाली

C] वापरकर्ता समन्वय प्रणाली

D] वापरकर्ता मंडळ प्रणाली

68] 'x' म्हणून चिन्हांकित केलेल्या बिंदूचे नाव काय आहे?

अ] डॉलरचा मध्यबिंदू

B] ऑफसेटचा मध्यबिंदू

C] ॲरेचा केंद्रबिंदू

D] लीडर लाइनचा केंद्रबिंदू

69] खाली दिलेल्या टूलबारचे नाव काय आहे?

अ] वजन सुधारा

ब] रेषेचे वजन

C] बहु रेषा

D] एकके

70] खाली दिलेल्या टूलबारचे नाव काय आहे?

अ] ऑफसेट
ब] बहु रेषा
C] रेषेची रुंदी
D] रेषेचे वजन
71] कोणत्या कमांडला खालील पर्याय दिले आहेत?

अ] स्नॅप
ब] पॅन
C] ग्रिड
डी] वास्तविक वेळ
72] 'x' म्हणून चिन्हांकित टूलबारचे नाव काय आहे?

अ] टास्क बटण
B] स्नॅप बटण
C] पर्याय बटण
D] मेनू बटण
73] खाली दिलेला हा पर्याय मेनू कसा उघडतो?

A] लेफ्ट क्लिक करा

B] राईट क्लिक करा

C] मध्यभागी क्लिक करा

D] F1 वर क्लिक करणे

74] खाली दिलेल्या मेनूबारचे नाव काय आहे?

A] M मजकूर

B] मजकूर

C] मजकूर शैली

D] मजकूर रंग

75] ऑर्थोची कोणती शॉर्टकट की काम करते?

A] F6

B] F7

C] F8

D] F9

76] कोणती शॉर्टकट की शेवटची क्रिया Redo कार्य करते?

A] Ctrl + Z

B] Ctrl + Y

C] Ctrl + CD] Ctrl + X

77] शॉर्टकट की 'H' चा वापर काय आहे?

अ] मदत

B] B उबविणे

क] हॅच

ड] पोकळ ब्लॉक

78] 'एम टेक्स्ट' या शॉर्टकट कीचा वापर काय आहे?

अ] मजकूर सुधारित करा

B] मजकूर हलवा

C] एकाधिक मजकूर D] मेनू मजकूर

79] 'Q' शॉर्टकट की चा उपयोग काय आहे?

अ] सोडणे

ब] द्रुत गणना

C] म्हणून जतन करा

D] "Q" नेता

80] खालीलपैकी कोणती शॉर्टकट की द्रुत कॅल्क देते?

A] Ctrl + 6

B] Ctrl + 7

C] Ctrl + 8 D] Ctrl + 9

81] डिजिटायझरची तुलना करताना खालीलपैकी कोणते पॉइंटिंग डिव्हाइस स्वस्त आहे?

अ] की बोर्ड

ब] पक

C] माउस

D] की एंटर करा

82] खालीलपैकी कोणत्या कमांडला एक प्रमुख पर्याय आहे?

अ] रेषा

B] M रेषा

C] P ओळ

D] बहुभुज

83] प्री-फॅब्रिकेटेड स्ट्रक्चर्सचे दुसरे नाव काय आहे?

अ] पूर्व-विकसित संरचना

B] मॉड्यूलर संरचना

C] उच्च संरचना

D] साइट फिक्सिंग स्ट्रक्चर्स

84] प्रीफेब्रिकेटिंग पद्धतीचे नाव काय आहे?

अ] प्रवाह पद्धत

ब] निश्चित पद्धत

C] स्टँड पद्धत

D] हात पद्धत

85] कोणत्या पूर्वनिर्मित पद्धतीची युनिट्स प्रक्रियेसाठी विविध विभागात हलवली जातात?

अ] प्रवाह पद्धत

ब] निश्चित पद्धत

C] स्टँड पद्धत

D] वाहन पद्धत

86] कारखान्यात तयार करून जागेवर उभारलेल्या काँक्रीटचे नाव काय आहे?

अ] प्री-स्ट्रेस्ड कॉंक्रिट

B] पोस्ट-टेंशन केलेले कॉंक्रिट

C] प्री-कास्ट केलेले काँक्रीट

D] पोस्ट-कास्ट केलेले कॉंक्रिट

87] प्रीफेब्रिकेटेड स्ट्रक्चरसाठी वापरलेले स्केल काय आहे?

A] IS 15913 - 2011

B] IS 15914 - 2011

C] IS 15915 - 2011

D] IS 15916 - 2011

88] कोणत्याही दोन लगतच्या रिव्हेट छिद्रांच्या केंद्रांमधील रिव्हेटचा नाममात्र व्यास £ 25 मिमी पर्यंत किमान अंतर किती आहे?

अ] नाममात्र व्यास +1.0 मिमी

B] नाममात्र व्यास +1.5 मिमी

C] नाममात्र व्यास +2.0 मिमी

डी] नाममात्र व्यास +2.5 मिमी

89] पूर्वनिर्मित संरचना बांधणीचा पहिला टप्पा काय आहे?

अ] कच्च्या मालाची चाचणी

ब] कच्च्या मालाची खरेदी

C] काँक्रीट मिक्स डिझाइन

D] मजबुतीकरण तयारी

90] प्रीफेब्रिकेटेड बिल्डिंग स्ट्रक्चरचा कोणता भाग साइटवर बांधायचा आहे?

अ] छताचा स्लॅब

ब] पाया

C] मुख्य बीम

ड] फिलर्स

91] कोणती प्रणाली पारंपारिक बांधकामात किरकोळ घटक एकत्र करणे सुलभ करते?

अ] प्री-फॅब प्रणाली उघडा

B] आंशिक प्री-फॅब प्रणाली

C] पूर्ण प्री-फॅब प्रणाली

D] बंद प्री-फॅब प्रणाली

92] साइटवर स्ट्रक्चरल घटक एकत्र करण्याचे नाव काय आहे?

अ] ओपन प्री-फॅब सिस्टम ब] आंशिक प्री-फॅब प्रणाली

C] पूर्ण प्री-फॅब प्रणाली

D] बंद प्री-फॅब प्रणाली

93] कारखाना यांत्रिकीकरण वापरून घरांच्या घटकांचे उत्पादन कोणते आहे?

अ] पूर्वनिर्मिती

ब] फॅब्रिकेशन

क] बांधकाम

डी] उत्पादन

94] प्रीकास्ट बीम आणि भिंतींसाठी डबल टी स्लॅपसह कोणती प्रणाली वापरली जाते?

अ] लोड बेअरिंग

B] नॉन लोड बेअरिंग

C] फ्रेम केलेली रचना

D] पाया

95] खालीलपैकी कोणते काँक्रीट ठेवण्यासाठी वाहतूक आवश्यक आहे?

अ] साइट कॉंक्रिटमध्ये

B] पोस्ट टेंशन कॉंक्रिट

C] प्री कास्ट कॉंक्रिट

D] प्री-स्ट्रेस्ड कॉंक्रिट

96] प्रीफेब्रिकेटेड स्ट्रक्चर्सचा फायदा खालीलपैकी कोणता आहे?

अ] वाहतूक

ब] हेवी ड्युटी क्रेनची गरज

C] सांध्यांचे विकृतीकरण

ड] फास्टनिंगची गरज नाही

97] प्रीफेब्रिकेटेड स्ट्रक्चरचा फायदा काय आहे?

अ] वाहतूक

ब] हेवी ड्युटी क्रेनची गरज नाही

क] टणक सांधे

D] मोठ्या प्रमाणावर उत्पादन

98] कोणता विभाग प्रीफेब्रिकेटेड युनिट्समध्ये एक मोनोटिटिक क्रिया प्रदान करतो?

अ] संमिश्र

ब] स्टील

C] तन्यता

डी] कॉम्प्रेशन

99] स्टेम आणि फ्लँज दरम्यान पूर्ण क्रिया साध्य करण्याची प्रक्रिया काय आहे?

अ] एकत्र जोडलेले

ब] एकत्र बांधलेले

क] एकत्र की

D] एकत्र कापलेले

100] प्रीफेब्रिकेटेड स्ट्रक्चरमध्ये काय तोटा आहे?

अ] कमी बांधकाम वेळ

ब] आर्थिक बचत

C] साइट व्यत्यय कमी

D] वाहतूक

101] 1000 मुलांसाठी खेळाच्या मैदानाचे क्षेत्रफळ किती आहे?

A] 0.10 हेक्टर

B] 0.13 हेक्टर

C] 0.16 हेक्टर

डी] 0.20 हेक्टर

102] खालीलपैकी कठीण भूभाग कोणता आहे?

अ] वृक्षारोपण

ब] झाडांचे प्रकार

C] लोकांसाठी जागेची रचना

D] टेरेस गार्डन्स

103] टेक्टोनिक प्लेट्सच्या कोणत्या भागात भूकंप साधारणपणे होतो?

अ] प्लेट सीमा

B] डायव्हर्जन प्लेट्स

C] अभिसरण प्लेट्स

D] मधला भाग

104] भूकंपाच्या लाटा शोधण्यासाठी आणि रेकॉर्ड करण्यासाठी कोणते उपकरण वापरले जाते?

अ] बॅरोग्राफ

B] सिस्मोग्राफ

क] डायग्राफ

D] हायग्रोग्राफ

105] हायपोसेंटर म्हणून कोणते ओळखले जाते?

अ] उपकेंद्र

B] फोकस

C] फोकल डेप्थ

D] उपकेंद्रीय अंतर

106] भूकंप प्रतिरोधक संरचनेच्या अतिरिक्त खर्चामध्ये इमारतीच्या संरचनात्मक खर्चाची टक्केवारी किती आहे?

अ] सुमारे 1%

ब] सुमारे 2%

C] सुमारे 3%

D] सुमारे ५%

107] 'X' म्हणून चिन्हांकित केलेल्या भागाचे नाव काय आहे?

अ] संलग्नक प्लेट्स

B] लीड प्लग

C] रबराचा थर

D] ताठ बनवणारी प्लेट्स

108] क्रॉस वॉलपासून दरवाजा उघडण्यासाठी किमान किती अंतर राखावे लागेल? A] भिंतीचा शेवट B] 300 मिमी C] 500 मिमी D] 1000 मिमी

109] RC बँड बनवण्यासाठी किमान जाडी किती असते?

A] 25 मिमी

B] 50 मिमी

C] 75mm D] 100mm

110] दोन दगडांमधील अंतर किती आहे?

A] 150 ते 300 मिमी

B] 300 ते 450 मिमी C] 450 ते 600 मिमी

D] 600 ते 750 मिमी

111] भूकंपाच्या कार्यक्षमतेवर परिणाम करणारे संरचनेतील खालीलपैकी कोणते घटक सर्वात महत्वाचे आहेत?

अ] कार्यक्षमता

ब] सेवाक्षमता

C] लवचिकता

D] जबाबदारी

112] भूकंप टाळण्यासाठी साइट निवडीसाठी कोणती खबरदारी घ्यावी?

अ] अस्थिर तटबंदी जवळ

ब] उतार असलेल्या जमिनीवर

C] वेगवेगळ्या उंचीचे स्तंभ

ड] जमिनीच्या अवस्थेतील सातत्य

113] भूकंप प्रतिरोधक इमारतीसाठी कोणता आराखडा अधिक सुरक्षित आहे?

A] स्क्वेअर प्लॅन B] T-आकाराची योजना

C] H- आकाराची योजना

D] प्लॅनची लांबी रुंदीच्या दुप्पट आहे

114] 'X' म्हणून चिन्हांकित केलेल्या भागाचे नाव काय आहे?

अ] अलगाव बेअरिंग

ब] स्थिर आधार

C] पाया

ड] अलग

115] आकृतीचे नाव काय आहे?

अ] अलगाव बेअरिंग

ब] चिकट डँपर

C] घर्षण डँपर

ड] उत्पन्न देणारा डँपर

116] कोणते उपकरण इमारत आणि तिचा पाया यांच्यामध्ये शॉक शोषक सारखे कार्य करते?

अ] डंपर

ब] वसंत ऋतु

C] बेस अलगाव

D] हवेची पिशवी

117] कोणते आयसोलेशन बेअरिंग अत्यंत लवचिक असतात?

अ] लाकूड

ब] स्टील

क] रबर

D] बेअरिंग पॅड

118] कोणती सामग्री तन्य शक्तीमध्ये मजबूत आहे?

अ] सिमेंट

ब] वाळू

क] स्टील

ड] पाणी

119] काँक्रीट हे कोणत्या प्रकारचे साहित्य आहे?

अ] लवचिकता

ब] ठिसूळ

क] ताठ

ड] निंदनीयता

120] सूक्ष्म एकुणात कणाचा कमाल आकार किती असतो?

A] 2.75 मिमी

B] 3.75 मिमी

C] 4.75 मिमी

D] 5.75 मिमी

121] काँक्रीटच्या M15 ग्रेडचे गुणोत्तर किती आहे?

अ] १]३]६

ब] १]२]४

क] १]१.५]३

ड] १]१]२

122] काँक्रीटसाठी पाण्याचे PH मूल्य किती आहे?

अ] २ आणि ३

B] ४ आणि ५

C] 6 आणि 8

D] 9 आणि 10

123] 24 तास पाण्याखाली खडबडीत एकूण शोषण्याची कमाल मर्यादा किती आहे?

अ] ३%

ब] ५%

क] ७%

डी] 9%

124] स्पॅन 4.5 मीटरपेक्षा जास्त असल्यास स्लॅबचे प्रोब कधी काढले जातात?

अ] ७ दिवस

B] 14 दिवस

C] २१ दिवस

D] २८ दिवस

125] स्तंभाच्या फॉर्मवर्कमधील दोन जोड्यांमधील अंतर किती आहे?

अ] ०.५० मी

ब] १.०० मी

क] १.५० मी

डी] २.०० मी

126] आकृतीत दाखवलेल्या बारचे नाव काय आहे?

steel-bars

अ] साधा गोल पट्टी

ब] फिरवलेला बार

क] रिब्ड टॉस्टील

D] चौरस बार

127] 'x' म्हणून चिन्हांकित आकार काय आहे?

A] 4d

B] 8d

C] 9d

डी] 18 दि

128] 'x' म्हणून चिन्हांकित कोन काय आहे?

A] 15°

B] 30°

C] 45°

D] 60°

129] कोणते चिन्ह विकृत बार दर्शवते?

अ]?

ब]?

क] #

डी] @

130] 'x' म्हणून चिन्हांकित केलेल्या भागाचे नाव काय आहे?

अ] स्टील प्लेट

B] स्टील बार

C] प्रबलित बार

D] जाळी मजबुतीकरण

131] RB स्लॅब किती दिवस ओला ठेवला जातो?

अ] दोन ते चार आठवडे

ब] एक ते दोन आठवडे

क] एक आठवडा

D] ३ दिवस

132] कोणत्या प्रकारच्या बीमला दोन पेक्षा जास्त आधार असतात?

अ] कॅन्टीलिव्हर बीम

ब] ओव्हरहँगिंग बीम

क] स्थिर तुळई

डी] सतत बीम

133] आकृतीमध्ये दर्शविलेल्या तुळईचे नाव काय आहे?

beam

अ] सिमोर्टेड बीम

ब] कॅन्टीलिव्हर बीम

C] ओव्हरहँगिंग बीम

डी] सतत बीम

134] एकसमान वितरीत भार वाहून नेणाऱ्या तुळईच्या लांबीवर बेंडिंग मोमेंट डायग्रामचा आकार काय आहे?

अ] रेखीय

ब] घन

C] परिपत्रक

D] पॅराबॉलिक

135] एका बिंदूवर काम करणाऱ्या भाराचे नाव काय आहे?

अ] पॉइंट लोड

ब] एकसमान वितरित लोड

C] ट्रॅपेझॉइडल भार

D] त्रिकोणी भार

136] स्टील स्ट्रक्चर्सच्या तुलनेत RCC स्ट्रक्चर्सच्या उभारणीसाठी कोणत्या प्रकारचे श्रम लागतात?

अ] कमी कुशल

ब] अर्ध कुशल

C] पूर्णपणे कुशल

D] कुशल नाही

137] प्रबलित काँक्रीटचा खालीलपैकी कोणता फायदा आहे?

अ] कमी देखभाल खर्च

B] कमी संकुचित शक्ती

C] कमी उत्पादन शक्ती

ड] कमी कातरणे शक्ती

138] प्रबलित काँक्रीटचा तोटा कोणता आहे?

अ] हलके वजन

ब] कमी संकोचन

क] कमी ताकद

D] कमी देखभाल खर्च

139] काँक्रीटमध्ये तन्य शक्ती वाढवण्यासाठी कोणती सामग्री वापरली जाते?

अ] चिखल

B] विटांचे वटवाघुळ

क] खाणीची धूळ

ड] स्टील

140] काँक्रीट मिश्रणाचे प्रमाण 1]1.5]3 साठी काँक्रीटचा दर्जा किती आहे?

अ] एम १०

B] M 15

C] M 20

D] M २५

141] M10 साठी काँक्रीट मिश्रणाचे प्रमाण काय आहे?

अ] १]३]६

ब] १]२]४

क] १]१.५]३

ड] १]१]२

142] स्टील फॉर्मवर्कच्या तुलनेत लाकूड फॉर्मवर्कची प्रारंभिक किंमत किती आहे?

अ] खर्चिक

ब] माफक प्रमाणात

C] स्वस्त

ड] खूप कमी

143] इमारतीचा कोणता भाग, 25 मिमीचे स्पष्ट आवरण किंवा बारचा डाय यापैकी जे जास्त असेल ते वापरले जाते?

अ] तुळई

ब] स्तंभ

क] स्लॅब

D] पाया

144] प्रति मीटर स्टील बारचे 10 मिमी व्यासाचे वस्तुमान किती आहे?

अ] ०.३०२ किलो

ब] ०.३९५ किग्रॅ

C] ०.६१७ किलो D] ०.८८८ किलो

145] कोणत्या प्रकारचे मजबुतीकरण 6 मिमी व्यासाचे सौम्य स्टील बार भिंतींवर वापरले जातात?

अ] अनुलंब मजबुतीकरण

B] अनुदैर्ध्य मजबुतीकरण

C] क्षैतिज मजबुतीकरण

D] सर्पिल मजबुतीकरण

146] झुकण्याचा क्षण नेहमी शून्य असतो?

अ] समर्थनावर

ब] मध्यभागी

C] स्पॅनच्या 1/5 वर

D] स्पॅनच्या 1/7 वर

147] विभागात कोणता कॉन्ट्राफ्लेक्सर बिंदू आढळतो?

A] झुकण्याचा क्षण कमाल आहे

B] झुकण्याचा क्षण शून्य किंवा चिन्ह बदल आहे

C] कातरणे बल कमाल आहे

D] कातरणे बल किमान आहे

148] काँक्रीटमध्ये क्रॅक कोणत्या स्थितीत होते?

अ] थंडी वाजणे

ब] वारा

C] आर्द्रता

D] सौम्य हवामान

149] कोणत्या मजबुतीकरणाचा वापर मोठ्या आकाराच्या कामासाठी केला जातो, जसे की भव्य पाया इ. अ] रोल केलेले स्टील बीम

B] वेल्डिंग करून बनवलेले फॅब्रिक

क] चौकोनी जाळी

D] चौकोनी पट्ट्या

150] काँक्रीटच्या साच्याच्या सर्व मुखांवर कोणत्या पदार्थाचा लेप असतो?

अ] पाणी

ब] वाळू

C] कच्चे तेल

D] गोंद

151] ग्रेड Fe 500 साठी अनुज्ञेय ताण काय आहे?

A] 0.33 fy

B] ०.४४ fy

C] ०.५५ fy

डी] ०.६६ एफवाय

152] उपकरणाचे नाव.

अ] विकटची सुई

ब] घसरलेला शंकू

C] कंपन करणारे टेबल

D] दंडगोलाकार साचे

153] RCC कामासाठी शिफारस केलेली घसरगुंडी काय आहे?

A] 25 ते 50 मिमी

B] 40 ते 50 मिमी

C] 80 ते 150 मिमी

D] 90 ते 100 मिमी

154] 'x' म्हणून चिन्हांकित केलेल्या भागाचे नाव काय आहे?

अ] बाजूकडील संबंध

B] सर्पिल मजबुतीकरण

C] अनुलंब मुख्य स्टील

ड] आवरण

155] कोणता RCC सदस्य, दोन किंवा अधिक भिंती किंवा स्तंभांना पूल करतो आणि त्यावर येणाऱ्या स्ट्रक्चरल सदस्याला आधार देतो?

अ] तुळई

ब] स्तंभ

क] पाय

ड] स्लॅब

156] ट्रान्सव्हर्स मजबुतीकरणासाठी मुख्य बारची किमान संख्या किती आहे? अ] दोन

ब] तीन

क] चार

ड] पाच

157] मुख्य मजबुतीकरण एका प्रकारे कोणत्या दिशेला दिले जाते?

अ] आडवा

ब] लांबी

क] रुंदी

D] खोली

158] स्लॅबच्या एकूण जाडीपर्यंत मजबुतीकरण बारचा जास्तीत जास्त व्यास किती आहे?

अ] १/५ ब] १/७

क] १/८

ड] १/१०

159] चारही कडांवर कोणता स्लॅब समर्थित आहे आणि दीर्घ कालावधी आणि लहान कालावधीचे गुणोत्तर दोनपेक्षा जास्त नाही?

अ] एकेरी स्लॅब

ब] दुतर्फा स्लॅब

C] सतत स्लॅब

D] कॅन्टीलिव्हर स्लॅब

160] स्लॅबच्या कोपऱ्यांवर विकसित झालेल्या ताणतणावाचा प्रतिकार करण्यासाठी प्रदान केलेल्या मजबुतीकरणाचे नाव सांगा?

अ] मुख्य मजबुतीकरण

ब] टॉर्शन मजबुतीकरण

क] एकल मजबुतीकरण

D] दुप्पट मजबुतीकरण

161] गोलाकार स्तंभासाठी किती उभ्या पट्ट्या (किमान संख्या) प्रदान केल्या आहेत?

अ] चार ब] सहा

क] आठ

ड] दहा

162] सुपर स्ट्रक्चर घटकासाठी खालीलपैकी कोणती पद्धत वापरली जाते?

अ] व्हॉल्यूमेट्रिक किंवा मॉड्यूलर बांधकाम

B] विटांची घसरण

C] पावसाचा पडदा

डी] रेंडर सिस्टम

163] भूकंपानंतर फोन लाईन सिस्टीम जॅम झाल्यास खालीलपैकी कोणता पर्याय वापरला जातो?

अ] मजकूर संदेश

ब] जोरात हाक मारणे

C] फोनद्वारे कॉल करा

D] व्हॉट्स अॅप कॉल

164] भूकंपाच्या वेळी खालीलपैकी कोणते ऑपरेशन करावे लागते?

अ] खिडकीजवळ उभे राहणे

ब] कोलेट आणि आणीबाणी किट एकत्र ठेवा

C] तुमच्या गॅस लाईन्स तपासा

D] डेस्क/टेबलखाली झाकून ठेवा

165] ग्रेड M30 च्या सामान्य काँक्रीटसाठी 28 दिवसांनंतर 15cm क्यूबची संकुचित ताकद किती असेल?

A] 30 N/mm2
B] 36 N/mm2
C] 40 N/mm2
D] 53 N/mm2
166] RCC मध्ये कोणत्या मजबुतीकरण शक्तीला प्राधान्य दिले जाते?
अ] कमी तन्य शक्ती
ब] उच्च तन्य शक्ती
क] बाँडची ताकद
ड] संकुचित शक्ती
167] दाखवलेल्या आकृतीचे नाव काय आहे?

अ] दुहेरी वळणदार पट्टी
ब] स्टीलसाठी रिब केलेले
C] ग्रिप बार D] प्लेन बार
168] कोणत्या बारमध्ये हुक दिले जातात?
अ] साध्या पट्ट्या
ब] हॉट रोल्ड विकृत बार
C] कोल्ड ट्विस्टेड बार
D] कठिण - काढलेली स्टील वायर
169] 6 महिने जुन्या सिमेंटची ताकद किती टक्के कमी होते?
अ] २०%
ब] ३०%
क] ४०%
डी] ५०%
170] M15 ग्रेडच्या काँक्रीटसाठी 50kg सिमेंटसाठी खडबडीत आणि बारीक एकूण किती प्रमाणात आवश्यक आहे?
A] 625 किलो
B] 480 किलो
C] 330 किलो
डी] 250 किलो
171] ग्रेड M20 च्या 28 दिवसांच्या सामान्य काँक्रीटमध्ये 150 मिमी घनाची संकुचित ताकद किती असते?
A] 15 N/mm2

B] 20 N/mm2

C] 25 N/mm2

D] 30 N/mm2

172] तीन ग्रेडमध्ये उपलब्ध असलेल्या कोणत्या प्रकारचे सिमेंट घराच्या बांधकामासाठी वापरावे? अ] सामान्य पोर्टलँड सिमेंट

B] जलद कडक होणारे पोर्टलँड सिमेंट

C] पोर्टलँड स्लॅग सिमेंट D] उच्च शक्ती सामान्य पोर्टलँड सिमेंट

173] फाउंडेशन स्लॅब आणि बीमसाठी स्पष्ट आवरण काय आहे?

A] 15 मिमी

B] 25 मिमी

C] 40 मिमी

D] 50 मिमी

174] स्टीलची घनता किती आहे?

A] 75.8 q/m^3

B] 78.5 q/m^3

C] 85.7 q/m^3

D] 87.5 q/m^3

175] राखीव भिंतीचे नाव काय आहे?

retaining-wall

A] गुरुत्वाकर्षण टिकवून ठेवणारी भिंत

B] अर्ध गुरुत्व टिकवून ठेवणारी भिंत

C] काउंटर फोर्ट रिटेनिंग भिंत

D] कॅन्टीलिव्हर राखून ठेवणारी भिंत

176] 'x' म्हणून चिन्हांकित केलेल्या भागाचे नाव काय आहे?

अ] टाच

ब] पायाचे बोट

क] स्टेम

ड] रडणे भोक

177] पृथ्वी किंवा इतर पदार्थ जसे की कोळसा, धातू, पाणी इत्यादी टिकवून ठेवण्यासाठी कोणती रचना तयार केली जाते?

अ] लोड बेअरिंग भिंत

B] लोड बेअरिंग नसलेली भिंत

C] राखून ठेवणारी भिंत

ड] पंखांची भिंत

178] 'x' म्हणून चिन्हांकित केलेल्या भागाचे नाव काय आहे?

अ] स्तंभ समर्थन

B] बिटुमेन फिलर

क] बिजागर मजबुतीकरण

D] पाया

179] ज्या संरचनेत तुळई, स्तंभ आणि पायासारखे घटक रचना आणि बांधकामात मोनोलिथिक असतात त्या संरचनेचे नाव काय आहे?

अ] पोर्टल फ्रेम

B] नॉन-पोर्टल फ्रेम

C] कडक फ्रेम

D] गॅबल्ड फ्रेम

180] संरचनेचे नाव काय आहे?

A] RCC फ्रेम केलेली रचना

B] कडक फ्रेम रचना

C] ब्रेस्ड फ्रेम स्ट्रक्चर

D] पोर्टल फ्रेम रचना

181] फ्रेम स्ट्रक्चरचे नाव काय आहे?

अ] बिजागर बेससह पोर्टल फ्रेम

B] निश्चित बेससह पोर्टल फ्रेम

C] RCC फ्रेम केलेली रचना

D] पोर्टल फ्रेम

182] जड पाया, मोठे गर्डर किंवा काउंटरफोर्टसाठी कोणत्या व्यासाचा मजबुतीकरण बार वापरतात?

A] 20 मिमी

B] 25 मिमी

C] 32 मिमी

D] 40 मिमी

183] मोठ्या प्रमाणात काँक्रीटसाठी कोणत्या प्रकारचे मिक्सर वापरले जाते?

अ] हाताने मिसळणे

ब] बॅच मिक्सिंग

C] टिल्टिंग ड्रम मिक्सर

D] सतत मिक्सर

184] रेंडरचे आवरण कोठे वापरले जाते?

अ] छत

B] मजला

सी] इमारतीच्या बाहेर

डी] इमारतीच्या आतील बाजूस

185] एका 'U' प्रकारच्या हुकची लांबी किती असते?

अ] ४?

ब] ८?

क] 9?

डी] १८?

186] क्रँक केलेल्या पट्टीच्या एका बाजूची जादा लांबी किती आहे?

अ] ०.२१२ ड

ब] ०.४१४ ड

क] ०.६१६ ड

ड] ०.८१८ दि

187] 12 मिमी व्यासाच्या गोल पट्टीचे वजन / मीटर किती आहे?

अ] ०.३९

ब] ०.६२ किलो/मी

C] ०.८९ किलो/मी

D] 1.58 kg/m

188] 'x' म्हणून चिन्हांकित ट्रसचे नाव काय आहे?

A] प्लेट गर्डर रेल्वे पूल

ब] जाळीचा बुरुज

C] स्टीलची चिमणी

D] पुलांमध्ये वापरले जाणारे वॉरन ट्रस

189] स्टील विभागाचे नाव काय आहे?

steel-section

अ] एच - विभाग
ब] I - विभाग
C] T - विभाग
D] Z - विभाग
190] 'x' म्हणून चिन्हांकित केलेल्या भागाचे नाव काय आहे?

अ] मुख्य तुळई
ब] दुय्यम तुळई
C] वेब क्लीट्स
D] आसन कोन
191] 'x' म्हणून चिन्हांकित केलेल्या भागाचे नाव काय आहे?

अ] सिमेंट काँक्रीट बेस
ब] बेस प्लेट
C] स्वच्छ कोन
डी] गसेट प्लेट
192] जोडणीचे नाव काय आहे?

अ] फ्रेम केलेले कनेक्शन
ब] बसलेले कनेक्शन
C] स्तंभ ते बीम फ्रेम केलेले कनेक्शन
D] स्तंभ ते बीम सिटेड कनेक्शन
193] जोडणीचे नाव काय आहे?

अ] फ्रेम केलेले कनेक्शन

B] स्तंभ ते बीम कनेक्शन

C] बसलेले कनेक्शन

ड] स्टील स्टॅन्चियन

194] प्लेट गर्डर कोणत्या स्पॅनसाठी वापरले जातात?

अ] ५ मी. पेक्षा जास्त

ब] 10 मी. पेक्षा जास्त

क] १५ मी. पेक्षा जास्त

D] २० मी. पेक्षा जास्त

195] 'x' म्हणून चिन्हांकित केलेल्या भागाचे नाव काय आहे?

अ] क्लिअरन्स

ब] बाहेरील कडा

क] ताठ करणारे

D] पॅकिंग प्लेट

196] कोणता सदस्य प्रामुख्याने तन्य शक्ती वाहतो?

अ] तणाव

ब] बीम

C] प्लेट्स

ड] टॉर्शन

197] विभागाचे नाव काय आहे?

अ] तणावाचे सदस्य

B] कम्प्रेशन सदस्य

C] टॉर्शन सदस्य

डी] बीम

198] छिद्राचा व्यास रिव्हेटच्या नाममात्र व्यासापेक्षा किती मोठा असेल जर तो 25 मिमी पेक्षा कमी किंवा समान असेल?

A] 0.5 मिमी

B] 1.0 मिमी

C] 1.5 मिमी

D] 2.0 मिमी

199] रिव्हेट हेडचे नाव काय आहे?

rivet-head

अ] स्नॅप डोके

ब] पॅन हेड

C] लंबवर्तुळाकार डोके

D] शंकूच्या आकाराचे डोके

200] कोणत्या riveted Joint मध्ये दोन समांतर पंक्ती आणि rivets असतात जेथे rivets एकमेकांच्या अगदी विरुद्ध असतात?

अ] सिंगल रिव्हेटेड लॅप जॉइंट

B] दुहेरी रिव्हेटेड सिंगल लॅप जॉइंट

C] दुहेरी रिव्हेटेड सिंगल लॅप जॉइंट

D] सिंगल कव्हर बट जॉइंट

202] ट्रसचे नाव काय आहे?

अ] फिंक ट्रस

ब] फॅन ट्रस

क] कंपाऊंड फॅन ट्रस

D] कंपाऊंड फिंक ट्रस

203] प्रबलित काँक्रीट आणि इमारती लाकडाच्या तुलनेत पूर्वीच्या स्टील सदस्यांना थंड होण्याचा काय फायदा?

अ] दीमक - पुरावा आणि रॉट प्रूफ

ब] आर्थिक

C] तापमानात आकुंचन आणि रेंगाळणे

D] कमी अचूक तपशील

204] रिव्हेटच्या नाममात्र व्यासाच्या कोणत्याही दोन समीप रिव्हेट छिद्रांच्या केंद्रांमधील किमान अंतर किती आहे?

A] 1.00 वेळ

B] 1.50 वेळा

C] 2.00 वेळा

D] 2.50 वेळा

205] स्ट्रक्चरल स्टीलचा मुख्य फायदा काय आहे?

अ] उच्च शक्ती

B] देखभाल खर्च

C] हळूहळू उभारणे

D] फायर प्रूफिंग खर्च

206] कूपनलिकेतून मिळणाऱ्या पाण्याचे नाव काय?

अ] पृष्ठभागावरील पाणी

ब] उप-पृष्ठभागाचे पाणी

क] रन-ऑफ

ड] पिण्यायोग्य पाणी

207] PHE चे पूर्ण रूप काय आहे?

अ] सार्वजनिक आरोग्य अभियांत्रिकी

ब] प्लंबिंग हीटिंग इलेक्ट्रिकल

C] सार्वजनिक आरोग्य आणीबाणी

डी] पीअर हेल्थ एज्युकेशन्स

208] गटारात वाहणाऱ्या द्रवाचे नाव काय आहे?

अ] गटार

ब] सांडपाणी

सी] सीवरेज

D] वादळी पाणी

209] स्वयंपाकघर, स्नानगृह, वॉश बेसिनमधून बाहेर पडणाऱ्या पाण्याचे नाव काय आहे?

अ] कचरा

ब] सलाज

क] सांडपाणी

ड] डिस्चार्ज

210] स्वच्छता सांडपाण्याचे प्रमाण थेट कोणत्या घटकावर अवलंबून असते?

अ] पाणीपुरवठ्याचा दर

ब] क्षेत्रफळ

C] लोकसंख्या

D] पर्जन्य

211] भारतात कोणत्या प्रकारच्या गटार प्रणालीला प्राधान्य दिले जाते?

अ] आंशिक

ब] एकत्रित

क] थेट

ड] वेगळे

212] गटाराचा वायू इमारतीत जाण्यापासून रोखण्यासाठी कोणते उपकरण वापरले जाते?

A] फिल्टर

ब] सापळा

C] व्हेंटिलेटर

D] व्हॅक्यूम पंप

213] नाले आणि तपासणी मॅनहोलमधील कोन काय आहे?

अ] ४५°

B] 90°

C] 135°

D] 180°

214] जमिनीखालील सांडपाणी बाहेर काढण्यासाठी इमारतींमध्ये कोणती पाइपलाइन टाकली जाते?

अ] पायऱ्या
ब] बॅरल
C] खाली टाकी
ड] गटार
215] पीव्हीसी पाईप्स कोणते साहित्य बनवतात?
अ] पोलाद
B] प्लास्टिक
क] तांबे
D] चांदी
216] भारतीय पाण्याच्या कपाटात कोणत्या प्रकारचा सापळा वापरला जातो?
A] S सापळा
B] P सापळा
C] U सापळा
ड] गल्ली सापळा
217] सांडपाणी प्रक्रिया प्रक्रियेचा पहिला टप्पा कोणता आहे?
अ] अवसादन
ब] स्क्रीनिंग
C] गाळणे
डी] मऊ करणे
218] वायू आत जाण्यापासून रोखणाऱ्या सापळ्यातील पाण्याला काय म्हणतात?
अ] पाणी काढून टाका
ब] पाण्याचा शिक्का
क] सांडपाणी
ड] सापळा सुरक्षितता
219] योग्य अंतराने बांधल्या जाणार्‍या उपकरणाचे नाव काय आहे?
अ] मॅनहोल्स
ब] कॅच बेसिन
क] पंप
ड] गटार उपरणे
220] 1.5 मीटरपेक्षा जास्त खोली असलेल्या मॅनहोलच्या प्रकाराला काय म्हणतात?
अ] सरळ मॅनहोल
ब] खोल मॅनहोल
C] उथळ मॅनहोल
D] सामान्य मॅनहोल

221] सेप्टिक टाकीचा नाममात्र आकार काय आहे?
अ] चौकोन
ब] आयत
C] परिपत्रक
डी] ओव्हल
222] मॅनहोल कव्हर बनवण्यासाठी कोणती सामग्री वापरली जाते?
अ] कास्ट लोह
ब] सिमेंट
क] लाकूड
ड] स्टील
223] इमारतीतील सर्व प्रकारच्या द्रव कचऱ्याला काय नाव दिले जाते?
अ] कचरा
ब] कचरा
क] राख
ड] सांडपाणी
224] कोणती प्लंबिंग प्रणाली भारतात सामान्य आहे?
अ] एक पाईप प्रणाली
ब] दोन पाईप प्रणाली
C] सिंगल स्टॅक सिस्टम
D] सिंगल स्टॅक अर्धवट हवेशीर
225] प्लंबिंग कामाची माती आणि कचरा पाईप कोणत्या पाईप सिस्टममध्ये वेगळे केले जातात?
अ] एक पाईप प्रणाली
ब] दोन पाईप प्रणाली
C] वेगळी यंत्रणा
D] एकत्रित प्रणाली
226] सेप्टिक टॅंकमध्ये किती चेंबर्स असतात?
अ] २
ब] ३
क] ४
डी] ५
227] सेप्टिक टाकीमध्ये कनेक्टिंग पाईपचा किमान व्यास किती असावा?
A] 60 मिमी
B] 100 मिमी

C] 300 मिमी

डी] 700 मिमी

228] मॅनहोल गटार आकाराचे कमाल अंतर 0.3 mf पर्यंत किती आहे?

A] 20 मी

B] 30 मी

क] ४५ मी

डी] 75 मी

229] सेप्टिक टँकमधून सांडपाणी जलशुद्धीकरण यंत्रणेत पंप करण्यासाठी कोणत्या प्रकारचा पंप निवडावा?

अ] उभा घसरगुंडी पंप

ब] प्रगतीशील पोकळी पंप

C] केंद्रापसारक पंप

D] स्क्रू पंप

230] पावसाची तीव्रता कशी व्यक्त केली जाते?

अ] सेमी/मिनिट

B] सेमी/तास

C] सेमी/दिवस

D] सेमी/आठवडा

231] मुख्यतः सेप्टिक टँकमध्ये कोणता वायू तयार होतो?

अ] ऑक्सिजन

ब] नायट्रोजन

C] हायड्रोजन

D] हायड्रोजन सल्फाइड

232] सामान्य स्थितीत गाळ पचनाचा कालावधी किती असतो?

A] 10 दिवस

B] 20 दिवस

C] 30 दिवस

D] 60 दिवस

233] कोणते गटार सल्फाइड गंजला प्रतिकार करतात?

अ] वीट गटार

ब] कास्ट लोह गटार

C] RCC गटार

D] शिसे गटार

234] भारतातील सांडपाण्याचे सरासरी तापमान किती आहे?

A] 10°C

ब] १५° से

C] 20°C

D] २५° से

235] सांडपाणी प्रक्रियेची रचना काय आहे?

अ] ५-१० वर्षे

ब] 15-20 वर्षे

C] 30-40 वर्षे

D] 40-50 वर्षे

236] 3D मॉडेलिंग फाईलचा विस्तार काय आहे?

A] 0.3d

B] 0.3dm

C] 0.3 मी

D] 0.3dmo

237] कोणता आदेश तुम्हाला 2D रेखांकन 3D मॉडेलमध्ये बदलण्याची परवानगी देतो?

A] 3D मॉडेलिंग

ब] बाहेर काढणे

क] क योजना

ड] ऑर्थो

238] WCS चे पूर्ण रूप काय आहे?

अ] पाश्चात्य समन्वय प्रणाली

B] जागतिक समन्वय प्रणाली

C] वाइड कोऑर्डिनेट सिस्टम

D] चुकीची समन्वय प्रणाली

239] ऑटोकॅडमध्ये 3D मॉडेलिंगचे किती प्रकार आहेत?

अ] १

ब] २

क] ३

डी] ४

240] पृष्ठभागाच्या मॉडेलिंगमध्ये पृष्ठभागाचे किती प्रकार आहेत?

अ] १

ब] २

क] ३

डी] ४

241] कोणती आज्ञा तुम्हाला बांधकाम विमानाची दिशा आणि मूळ बदलण्याची परवानगी देते?

विमान

ब] स्प्लेन

क] क- विमान

ड] ओ- विमान

242] ग्रिड कमांडसाठी शॉर्टकट काय आहे?

A] F6

B] F7

C] F8

D] F9

243] ध्रुवीय साठी शॉर्टकट काय आहे?

A] F8

B] F9

C] F10

D] F11

244] 3D OSNAP साठी की काय आहे?

A] F1

B] F2

C] F3

D] F4

245] IBM कंपॅटिबल कॉम्प्युटरमध्ये शॉर्टकट कमांड ऍक्सेस करण्यासाठी कोणती की वापरली जाते?

A] Ctrl

B] Alt

C] Ctrl + Alt

D] टॅब

246] आयसोमेट्रिक प्लेनमध्ये टॉगल करण्यासाठी कोणती कमांड वापरली जाते?

A] Ctrl + E

B] Ctrl + F

C] Ctrl+ G

D] Ctrl + H

247] डिझाइन सेंटर पॅलेटसाठी शॉर्टकट काय आहे?

A] Ctrl +1

B] Ctrl + 2

C] Ctrl+ 3

D] Ctrl + 4

249] इमेज रेंडर करण्यासाठी शॉर्टकट काय आहे?

अ] आर.एस

B] RSP

क] आरपी

D] RW

250] रेखाचित्राचा निर्दिष्ट भाग रेंडर करण्यासाठी शॉर्टकट काय आहे?

A] RB

ब] आर.सी

क] आरडी

डी] आरपी

उत्तरे]

1]ब; २]ब; ३]अ; 4]अ; 5]डी; ६]अ; 7]डी; 8]डी; 9]C; 10]ब; 11]C; 12]अ; 13]ब; 14]ब; 15]C; 16]C; 17]डी; 18]ब; 19]ब; 20]ब; 21]अ; 22]ब; 23]ब; २४]अ; २५]अ; 26]C; 27]ब; 28]ब; 29]डी; 30]C; ३१]अ; 32]ब; ३३]ब; ३४]अ; 35]C; 36]अ; 37]C; 38]ब; 39]C; ४०]ब; ४१]अ; ४२]C; 43]ब; ४४]C; ४५]C; 46]ब; 47]ब; 48]C; 49]डी; ५०]ब; ५१]ब; ५२]ब; ५३]C; 54]ब; ५५]C; 56]अ; 57]C; 58]C; ५९]अ; ६०]अ; ६१]डी; ६२]C; 63]डी; ६४]C; ६५]C; 66]C; 67]C; 68]C; ६९]ब; ७०]ब; 71]ब; 72]C; 73]C; 74]C; 75]C; 76]ब; 77]C; 78]C; 79]C; 80]C; ८१]C; 82]C; 83]ब; 84]C; ८५]अ; 86]C; 87]डी; 88]ब; ८९]ब; 90]ब; 91]ब; 92]C; 93]अ; 94]अ; 95]C; 96]डी; 97]डी; 98]अ; 99]C; 100]डी; 101]ब; 102]C; 103]अ; 104]ब; 105]ब; 106]डी; 107]C; 108]C; 109]C; 110]डी; 111]C; 112]डी; 113]अ; 114]अ; 115]ब; 116]C; 117]C; 118]C; 119]ब; 120]C; 121]ब ; 122]C; 123]ब ; 124]ब ; 125]ब ; 126]C; 127]अ; 128]C; 129]C; 130]डी; 131]अ; 132]अ; 133]ब ; 134]डी; 135]अ; 136]अ; 137]अ; 138]C; 139]डी; 140]C; 141]अ; 142]C; 143]अ; 144]C; 145]ब ; 146]अ; 147]ब; 148]ब; 149]अ; 150]C; 151]C; 152]ब; 153]C; 154]C; १५५]अ; १५६]अ; 157]C; 158]C; १५९]ब; 160]ब; 161]ब; 162]अ; 163]अ; 164]डी; 165]अ; 166]ब; 167]अ; 168]अ; 169]ब; 170]C; 171]ब; 172]अ; 173]डी; 174]ब; 175]डी; 176]अ; 177]C; 178]C; 179]अ; 180]अ; 181]ब; 182]डी; 183]डी; 184]C; 185]C; 186]ब; 187]C; 188]डी; 189]C; 190]C; 191]ब; १९२]अ; 193]डी; 194]डी; 195]C; १९६]अ; 197]ब; 198]C; १९९]अ; 200]ब; 201]डी; 202]डी; 203]अ; 204]डी; 205]अ; 206]ब; 207]अ; 208]ब; 209]ब; 210]C; 211]ब; 212]ब; 213]डी; 214]डी; 215]ब; 216]ब; 217]ब; 218]ब; 219]अ; 220]ब; 221]ब; 222]अ; 223]डी; 224]ब; 225]ब; 226]अ; 227]ब; 228]ब; 229]C; 230]ब; 231]डी; 232]C; 233]डी; 234]C; 235]C; २३६]ब; २३७]ब; २३८]ब; 239]C; 240]ब; 241]C; 242]ब; 243]C; 244]डी; २४५]ब; २४६]अ; 247]ब;

२४८]अ; 249]C; 250]ब;

1] कोणती वाहतूक व्यवस्था सर्वात वेगवान आहे आणि पुरुष आणि सामग्रीसाठी अधिक आराम देते?

अ] रेल्वे

ब] वायुमार्ग

क] जलमार्ग

D] रोडवेज

2] मार्ग, दिशानिर्देश, वेळ इत्यादींच्या संदर्भात प्रवासासाठी कोणत्या वाहतुकीच्या पद्धतीमध्ये जास्तीत जास्त लवचिकता आहे?

अ] रोडवेज

ब] रेल्वे

क] जलमार्ग

ड] वायुमार्ग

3] केंद्रीय रस्ते संशोधन संस्था कोठे सुरू झाली?

अ] इंग्लंड

ब] नागपूर

C] नवी दिल्ली

D] फ्रान्स

4] IRC ची स्थापना कधी झाली?

अ] १९४३

ब] 1860

क] १९३४

डी] 1973

5] रस्त्याच्या कामावर लक्ष ठेवण्यासाठी केंद्रीय सार्वजनिक बांधकाम विभाग कोणी तयार केला?

अ] लॉर्ड विल्यम बेंटिक

B] लॉर्ड मेयो

C] लॉर्ड डलहौसी

D] लॉर्ड रिपन

6] मॅकॅडम कन्स्ट्रक्शनमध्ये रस्त्याच्या वरच्या थराला कोणता क्रॉस स्लोप दिला जातो?

A] 20 मध्ये 1

B] 45 मध्ये 1

C] 10 मध्ये 1

डी] 36 मध्ये 1

7] महामार्गाच्या क्रॉस सेक्शनचा सर्वात उंच बिंदू कोणता आहे?

A] 20 मध्ये 1

ब] उप आधार

C] वाहून नेण्याचा मार्ग

ड] मुकुट

8] वाहनांना ब्रेक लावण्याची गरज ओळखण्यासाठी चालकाला किती वेळ लागतो?

अ] प्रतिक्रिया

ब] प्रतिबिंब

क] धारणा

D] दृष्टीचे अंतर

9] अडथळे टाळण्यासाठी वाहतूक वळवण्यासाठी कोणता पर्यायी रस्ता उपलब्ध आहे?

अ] पळवाट

ब] अंगठी

क] खोड

D] पास करून

10] 'X' म्हणून काय चिन्हांकित केले जाते?

अ] योग्य मार्ग

ब] निर्मिती

क] रस्ता

ड] गाडीचा मार्ग

11] रस्त्यांच्या खांद्यांची रुंदी किती असते?

अ] ०.५ मी ते १.२५ मी

ब] १.२५ मी ते २ मी

C] 2m ते 4m

D] 4m ते 6m

12] वाहनांच्या वाहतुकीसाठी बांधण्यात आलेल्या रस्त्याचा कोणता भाग आहे?

अ] योग्य मार्ग

ब] निर्मिती

C] वाहून नेण्याचा मार्ग

D] रस्ता मार्ग

13] संरेखनाची मूलभूत आवश्यकता कोणती आहे?

अ] जास्तीत जास्त पूल ओलांडतात

ब] लहान

C] लांबीचे सरळ मार्ग

D] वक्र

14] रस्ता संरेखन सेट करताना लांब सरळ मार्गांना कोणते निर्बंध दिले जातात?

अ] किमान

ब] कमाल

C] ग्रेडियंटवर अवलंबून असते

D] उदय आणि पतन यावर अवलंबून असते

15] कोणत्या सर्वेक्षणाने वास्तविक महामार्गाची मध्यरेषा स्थापित केली?

अ] स्थान

ब] प्राथमिक

क] टोपण

D] Cadasral

16] दोन बिंदूंमधील संभाव्य पर्यायी मार्गांची संख्या शोधण्यासाठी कोणते सर्वेक्षण केले जाते?

अ] प्राथमिक

B] टोहणे

C] स्थान

डी] तपशीलवार

17] रस्त्याचे महत्त्वानुसार वर्गीकरण कोणते?

अ] राज्य महामार्ग

ब] द्वितीय श्रेणी

C] सिमेंट काँक्रीट

D] द्रुतगती महामार्ग

18] खुल्या भागात राष्ट्रीय महामार्गाची साधारण शिफारस केलेली जमीन रुंदी किती आहे?

A] 24 मी B] 25 मी

क] 35 मी

डी] ४५ मी

19] कोणता रस्ता उत्पादन आणि बाजारपेठेच्या क्षेत्रांना राज्य महामार्ग आणि रेल्वेशी जोडतो? अ] राष्ट्रीय महामार्ग

ब] प्रमुख जिल्हा

क] गाव

D] इतर जिल्हा

20] राष्ट्रीय महामार्गांमध्ये खांद्यांची किमान रुंदी किती आहे?

अ] १ मी

B] 1.5m C] 2m

डी] २.५ मी

21] रेव रस्त्याच्या कॅरेज वेमध्ये प्रदान केलेल्या कॅम्बरचे मूल्य काय आहे?

A] 30 मध्ये 1 ते 35 मध्ये 1

B] 25 मध्ये 1 ते 30 मध्ये 1

C] 15 मध्ये 1 ते 20 मध्ये 1

D] 10 मधील 1 ते 15 मधील 1

22] पृथ्वीच्या रस्त्यांसाठी कोणता कॅम्बर पुरविला जातो?

A] 25 मध्ये 1 ते 30 मध्ये 1

B] 20 मध्ये 1 ते 25 मध्ये 1

C] 5 मध्ये 1 ते 20 मध्ये 1

D] 5 मधील 1 ते 10 मध्ये 1

23] महामार्ग बांधताना रोलिंगची दिशा कोणती आहे?

A] बाजू आणि मध्यभागी पुढे जाते B] मध्यभागी आणि बाजूकडे जाते

C] फक्त केंद्र

D] एका बाजूला आणि दुसऱ्या बाजूला जा

24] सिमेंट काँक्रीट फुटपाथचा कोणता फायदा आहे?

अ] आरंभिक आवरण कमी आहे

B] ट्रॅक्टिव्ह प्रतिरोध कमी आहे

C] रोलिंग प्रतिरोध उच्च आहे

D] बांधकामासाठी कमी वेळ

25] सतत खाडी पद्धतीचे दुसरे नाव काय आहे?

अ] पर्यायी

ब] पट्टी

क] विस्तार

ड] मार्गक्रमण

26] कोणत्या वर्तुळाकार वक्रामध्ये एकसमान त्रिज्याचा एकच चाप असतो?

अ] कंपाऊंड

B] साधे C] उलट

D] संक्रमण

27] साधी गोलाकार वक्र नेमणूक कशी केली जाते?

अ] वक्रता

ब] वक्र त्रिज्या

क] कंसाने जोडलेला कोन

D] कोन जीवा द्वारे substended

28] हायवेच्या क्षैतिज संरेखनामध्ये IRC ने कोणत्या संक्रमण वक्राची शिफारस केली आहे?

अ] सर्पिल

ब] लेम्निस्केट

C] घन पॅराबोला

D] कळस

29] कोनीय पद्धतीने वक्र ठरवण्यासाठी कोणते साधन वापरले जाते?

अ] कंपास

ब] टेप

क] साखळी

D] थियोडोलाइट

30] साध्या वर्तुळाकार वक्र सेट करण्याची रेखीय पद्धत कोणती आहे?

A] चापांचे सलग दुभाजक

B] दोन थियोडोलाइट पद्धत

C] टॅकोमेट्रिक पद्धत

डी] रँकिनची पद्धत

32] दोन लेनसाठी 21 ते 40 मीटर त्रिज्येसाठी आडव्या वक्रांवर फुटपाथची किती अतिरिक्त रुंदी दिली जाते?

अ] १.५ मी

ब] 1.2 मी

क] ०.९ मी

डी] ०.६ मी

33] शहरी भागात सायकल ट्रॅकसाठी किमान रुंदी किती आहे?

अ] १ मी

ब] १.५ मी

C] 2 मी

डी] 3 मी

34] IRC ने शिफारस केलेली किमान खांद्याची रुंदी किती आहे?

अ] १.३० मी

ब] 1.85 मी

C] 2 मी

डी] २.५ मी

35] किमान ग्रेडियंटचे मूल्य काय आहे?

A] 14.3 मध्ये 1

B] 1 मध्ये 20

C] 1 मध्ये 30

D] 200 मध्ये 1

36] लहान रस्त्यांसाठी IRC ने शिफारस केलेले किमान दृष्टीचे अंतर किती आहे?

अ] 11 मी

ब] 15 मी

क] 18 मी

डी] 20 मी

37] कॅम्बर प्रदान करण्याचा मुख्य उद्देश काय आहे?

A] IRC तपशीलांचे पालन करण्यासाठी

ब] सबग्रेडमध्ये ओलावा प्रवेश रोखण्यासाठी

C] समतोल राखण्यासाठी

डी] विनिर्देशांचे पालन करणे

38] रस्त्यावरील जड विसर्जनासाठी पृष्ठभागाच्या नाल्याचा कोणता आकार अधिक पसंत केला जातो?

अ] आयताकृती

B] U आकाराचा

C] अर्धवर्तुळाकार

D] V आकाराचा

39] पाण्याचे ओपनिंग $15m^2$ पेक्षा कमी असल्यास आणि तुलनेने उंच बांधावर रस्ता पाण्याचा मार्ग ओलांडल्यास कोणता कल्व्हर्ट वापरला जातो?

अ] पाईप

ब] कमान

क] पेटी

ड] स्लॅब

40] कमी विसर्जनाच्या छोट्या रस्त्यांसाठी कोणता नाला योग्य आहे?

A] V आकाराचा

ब] अर्धवर्तुळाकार

C] आयताकृती

D] U आकाराचा

41] पुलाच्या अडथळ्यामुळे नदीच्या पाण्याची पातळी किती वाढली आहे?

अ] उच्च पूर पातळी

ब] पळून जाणे

क] प्रवाह

D] मोफत बोर्ड

42] पुलाच्या अधिरचनेचा मध्यवर्ती आधार कोणता आहे?

अ] पाया

ब] घाट

C] abutment

ड] पंखांची भिंत

43] नदीच्या पात्रात तात्पुरता घाट कोणता आहे?

अ] अंकुश

ब] स्कपर

क] प्रवाह

D] क्रिब्स

44] पुलावरील निर्दिष्ट स्थानामधील किमान अंतर किती आहे?

अ] बियरिंग्ज

ब] क्लिअरन्स

क] प्रवाह

ड] पाण्याचा मार्ग

45] पूल बांधण्यासाठी कोणता पाया योग्य आहे?

अ] ढीग

ब] उथळ

क] लोखंडी जाळी

D] उलटी कमान

46] खुल्या विहिरीच्या कॅसनसाठी कोणती सामग्री योग्य आहे?

अ] कास्ट लोह

B] RCC

क] स्टील

ड] लाकूड

47] कोरड्या स्थितीत बांधकाम वाहून नेण्यासाठी क्षेत्रातून पाणी किंवा माती काढून टाकण्यासाठी बांधलेली तात्पुरती रचना कोणती आहे?

A] Caisson

ब] विहीर

क] कोफर धरण
ड] पेटी
48] कॉफर डॅमचा सर्वात सामान्य प्रकार कोणता आहे?
अ] विहिरी
ब] डिक
C] वायवीय
ड] पेटी
49] विंगवॉल योजनेत कलते असल्यास त्याचा आकार काय असतो?
अ] सरळ
ब] परतीची भिंत
क] चौरस
D] खेळला
50] आकृतीमध्ये दर्शविलेल्या abutment चे नाव काय आहे?

abutment

अ] सरळ
ब] स्प्लेड विंग भिंत
C] रिटर्न विंग वॉल
D] सरळ पंखांची भिंत
51] स्प्लेचा कोन 90° असल्यास विंगवॉलचे नाव काय आहे?
अ] खेळला
ब] परत येणे
क] सरळ

डी] टी abutment

52] दरी ओलांडण्यासाठी अनेक लहान स्पॅन्सचा बनलेला पूल कोणता?

अ] जलवाहिनी

ब] किल्ला

क] व्हायाडक्ट

डी] डेक

53] कल्व्हर्टचा कमाल स्पॅन किती आहे?

अ] २ मी

B] 3 मी

क] ५ मी

D] 6 मी

54] लहान स्पॅनच्या रेल्वे पुलांसाठी कोणत्या पुलाचा वापर केला जातो?

अ] स्टील गर्डर

ब] स्टीलचे कुंड प्लेट

C] निलंबन

ड] स्टील ट्रस

55] कोणता पूल आकृतीत दाखवला आहे?

bridge

अ] सेमी थ्रू

ब] डेक

क] माध्यमातून

डी] निलंबन

56] 'x' म्हणून काय चिन्हांकित केले जाते?

अ] क्लिअरन्स
ब] दृष्टीकोन
C] मोफत बोर्ड
D] ऍप्रन
57] पुलासाठी आदर्श जागेचे मुख्य वैशिष्ट्य कोणते आहे?
अ] प्रवाह विस्तृत असावा
ब] बांधलेले क्षेत्र
सी] प्रवाहाची पोहोच सरळ असावी
D] वावटळी आणि क्रॉस प्रवाह
58] पुलाची उंची निश्चित करण्यात मोठी भूमिका काय आहे?
अ] रचना
ब] घासण्याचा परिणाम
C] सर्वात जास्त पूर पातळी
D] रहदारीचा प्रकार
59] डोंगराळ भागात वक्र वर संरेखन मध्ये वरच्या रचनेसाठी कोणते प्रदान केले जाते?
A] RCC गर्डर्स
ब] बॉक्स कल्व्हर्ट
क] डंब बेल घाट
D] स्तंभ वाकलेला
60] पुलांसाठी स्प्रेड फाउंडेशन कधी स्वीकारण्यात आले?
अ] उथळ खोलीवर चांगली माती उपलब्ध आहे
ब] पाण्याची खोली जास्त आहे
क] उथळ खोलीवर चांगली माती उपलब्ध नाही
D] तणाव अधिक विकसित होतो
61] सैल माती मोठ्या खोलीपर्यंत पसरल्यावर कोणता पाया स्वीकारला जातो?
अ] पसरणे
ब] तराफा
C] Caisson

ड] ढीग

62] जड कामांसाठी 12 मीटर ते 15 मीटर खोलीवर उभ्या पाण्याच्या पृष्ठभागाच्या खाली कोणता पाया प्रदान केला जातो?

विहीर

B] Caisson

क] कोफर धरण

ड] ढीग

63] त्वचेचे घर्षण आणि बुडण्याच्या प्रयत्नांचे प्रमाण कोणत्या कॅसॉनमध्ये जास्तीत जास्त आहे?

अ] वर्तुळाकार विहीर

ब] पेटी

क] मुका विहीर

D] वायवीय कॅसॉन

64] बोगद्यासाठी भूगर्भातील हवेच्या गुणवत्तेत ऑक्सिजनच्या एकाग्रतेची किमान टक्केवारी किती आहे?

अ] १२.५'%

ब] १५.५'%

क] १७.५'%

डी] १९.५'%

65] कर्मचाऱ्यांच्या संपर्काच्या सर्वात जवळच्या बिंदूवर मोजमाप करताना वायुवीजन चाहत्यांच्या आवाजाची कमाल पातळी किती असते?

A] 90 डेसिबल

B] 100 डेसिबल

C] 120 डेसिबल

डी] 130 डेसिबल

66] भारतात रेल्वेच्या विकासाची सुरुवात कोणी केली?

अ] जॉर्ज स्टीफन्सन

ब] लॉर्ड डलहौसी

C] लॉर्ड कर्झन

D] लॉर्ड रिपन

67] मुख्य शहरे आणि जास्तीत जास्त तीव्रतेच्या मार्गांसाठी कोणते गेज स्वीकारले जाते?

अ] रुंद

ब] अरुंद

C] मीटर

ड] रुंद

68] स्लीपरच्या आसपास गिट्टी भरण्याची प्रक्रिया काय आहे?

अ] रांगणे

ब] टर्न टेबल

C] बॉक्सिंग

ड] कोनिंग

69] ब्रॉडगेजची रुंदी किती असते?

अ] ०.१६ मी

ब] ०.७६२ मी

क] १.०० मी

D] १.६७६ मी

70] बाह्य रेल्वेची पातळी आतील रेल्वेपेक्षा वाढविण्याला काय म्हणतात?

अ] रांगणे

ब] शकत नाही

C] बॉक्सिंग

ड] परिधान

71] जड भाराच्या असामान्यतेमुळे रेल्वेतील दोषाचे नाव काय आहे?

अ] हॉगिंग

ब] परिधान

क] रांगणे

ड] किंक

72] बुल हेडेड रेल्वेची लांबी किती आहे?

अ] १६.७ मी

ब] 18.29 मी

C] 18.6 मी

डी] 19.2 मिमी

73] गाड्यांच्या हालचालीसाठी समतल पृष्ठभाग देण्यासाठी स्टीलच्या टोकापासून टोकाला काय नाव दिले जाते?

अ] गिट्टी

ब] झोपणारे

क] रेल

D] फिश प्लेट्स

74] ब्रॉडगेजसाठी गिट्टीची किमान खोली किती असते?

A] 20 सेमी

B] 30 सेमी

C] 40 सेमी

D] 50 सेमी

75] ब्रॉडगेजमध्ये स्लीपरमधील किमान अंतर किती आहे?

A] 200 मिमी

B] 250 मिमी

C] 300 मिमी

D] 500 मिमी

76] कास्ट आयर्न स्लीपर कोणता आहे?

अ] डुप्लेक्स

ब] स्टील

क] भांडे

ड] पेटी

77] लाकडी स्लीपरसाठी गिट्टीचा मानक आकार किती आहे?

A] 25 मिमी

B] 40 मिमी

C] 50 मिमी

D] 60 मिमी

78] लाकडी स्लीपरला रेल लावण्यासाठी काय वापरले जाते?

अ] स्पाइक्स

ब] बेअरिंग प्लेट्स

C] फिश बोल्ट

D] रेल्वेची खुर्ची

79] इंजिनची दिशा बदलण्यासाठी कोणता वापरला जातो?

अ] रेल जोड

ब] टर्न टेबल

C] बिंदू आणि क्रॉसिंग

D] टर्मिनल स्टेशन

80] रेल्वेला जोडण्यासाठी कोणता वापर केला जातो?

अ] स्पाइक्स

ब] रेल्वेच्या खुर्च्या

C] फिश प्लेट्स

D] बेअरिंग प्लेट

81] रेल्वेचा शेवट किंवा टोक उभ्या दिशेने वाकलेला असण्याचा दोष काय आहे?

अ] रेलचा पोशाख

ब] रेलचे हॉगिंग

क] रेंगाळणे

D] रेलचे वाकणे

82] रेल्वे कोणत्या दिशेला सरकते?

अ] अनुदैर्ध्य

ब] बाजूकडील

क] उभा

D] आडवा

83] रेल्वेचा रेंगाळणे कमी करण्यासाठी कोणता वापर केला जातो?

अ] बेअरिंग प्लेट्स

ब] स्पाइक्स

C] अँकर

D] खुर्च्या

84] जीर्ण किंवा खराब झालेले रेल दुरुस्त करण्यासाठी आणि पॉइंट्स आणि क्रॉसिंगचे खराब झालेले घटक तयार करण्यासाठी कोणती पद्धत वापरली जाते?

अ] वाकणे

ब] हॉगिंग

क] रांगणे

D] वेल्डिंग

85] कोणत्या भागात रेलचे कपडे जास्तीत जास्त वापरतात?

अ] रेल्वेचा वरचा भाग

ब] रेल्वेचा शेवट

C] रेल्वेची आतील बाजू

D] रेल्वेचे प्रमुख

86] कायमस्वरूपी मार्गाच्या बांधकामात HFL वरील तटबंदीची उंची किती आहे?

A] 30 सेमी

ब] ५० मी

C] 60 सेमी

D] 65 सेमी

87] भार प्रसारित करण्यासाठी स्लीपरच्या खाली बॅलेस्टला घट्ट रॅमिंग करण्याची प्रक्रिया काय आहे?

अ] पॅकिंग

ब] घालणे

C] बॉक्सिंग

ड] फिक्सिंग

88] आकृतीमध्ये असलेल्या स्पाइकचे नाव काय आहे?

अ] गोल

ब] स्क्रू

C] लवचिक

ड] कुत्रा

89] रेल्वे स्थानकावर चालकाने कोणता वॉर्नर सिग्नल प्रथम पाहिला?

A] डिस्क सिग्नल

ब] होम सिग्नल

C] बाह्य सिग्नल

D] राउटिंग सिग्नल

90] एका ट्रॅकच्या उजव्या हाताची रेल्वे कोणती क्रॉसिंग दुसऱ्या ट्रॅकच्या डाव्या हाताची रेल्वे ओलांडते आणि त्याउलट?

अ] तीव्र कोन

B] ओबट्युज कोन

क] चौरस

D] आयताकृती

91] कोणते भूगर्भातील पाणी केशिकाद्वारे वनस्पतींच्या मुळांचे पोषण करते?

अ] उपपृष्ठभाग

B] पृष्ठभाग

क] पूर

ड] प्रवाह

92] सिंचनाच्या कोणत्या पद्धतीला ट्रिकल इरिगेशन म्हणतात?

अ] फरो

ब] शिंपडणे

क] ठिबक

D] सीमा पट्टी

93] सिंचनाचा मुख्य फायदा काय आहे?

अ] पाणी साचणे

ब] पिकांचे उत्पन्न

क] कॉम्प्लेक्स

ड] दमट हवामान

94] कोणत्या सिंचन पद्धतीद्वारे गुरुत्वाकर्षणाच्या क्रियेने पाणी खालच्या पातळीला पुरवले जाते?

अ] प्रवाह

ब] लिफ्ट

क] शिंपडा

D] उपपृष्ठभाग

95] कोणती पिके शरद ऋतूमध्ये पेरली जातात आणि वसंत ऋतूमध्ये कापणी केली जातात?

अ] खरीप

ब] शरद ऋतूतील

क] रबी

D] नैऋत्य मान्सून

96] कर्तव्य (D) डेल्टा (?) आणि आधार कालावधी (B) यांच्यात काय संबंध आहे?

अ]? = (86.4B / D)

ब]? = (864B / D)

क]? = (8.64B / D)

डी]? = (8640B / D)

97] पेरणीनंतर पिकाला पहिले पाणी देणे ते कापणीपूर्वी शेवटचे पाणी देणे या दरम्यान किती वेळ आहे?

अ] बेस कालावधी

ब] रब्बी हंगाम

C] कोर कालावधी

D] पीक कालावधी

98] शेतातील संपूर्ण कालावधीत पिकाला पाण्याची एकूण खोली किती असते?

अ] कर्तव्य

B] बेस कालावधी

C] डेल्टा

D] पीक कालावधी

99] पीक पेरण्यापूर्वी प्रथम पाणी कोणते आहे?

अ] कोर पाणी घालणे

ब] पॅलेओ

C] डेल्टा

ड] कर्तव्य

100] अतिवृष्टी दरम्यान सरासरी पावसाचे आलेखीय प्रतिनिधित्व कोणते?

अ] हायटोग्राफ

B] हायड्रोग्राफ

C] S-हायड्रोग्राफ

D] युनिट हायड्रोग्राफ

101] कोणते पाणलोट क्षेत्र जास्त असेल?

अ] पंखाच्या आकाराचा

ब] झाडाचा आकार

C] फर्नच्या आकाराचा

D] परिपत्रक

102] हेड रेग्युलेटरचा अक्ष वेअरच्या अक्षाशी कोणता कोन बनवतो?

A] 90° ते 120°

B] 90° ते 60°

C] 90° ते 100°

D] 180°

103] नदीचे पाणी कालव्याकडे वळवण्यासाठी कालव्याच्या डोक्यावर कोणते बांधकाम आहे?

अ] स्टोरेज हेड वर्क

ब] डायव्हर्जन हेड वर्क

क] बॅरेज

ड] विर

104] धरणाचा सेफ्टी व्हॉल्व्ह कशाला म्हणतात?

अ] ड्रेनेज गॅलरी

B] तपासणी गॅलरी

क] गळती मार्ग

D] आउटलेट स्ल्यूसेस

105] कृत्रिम तलावाच्या रूपात पाणी साठण्याला काय म्हणतात?

अ] गळतीचे मार्ग

ब] बॅरेजेस
क] जलाशय
डी] ग्रोयन्स
106] वापरावर आधारित धरणाचे वर्गीकरण काय आहे?
अ] नजरबंदी
ब] मोडतोड
क] कडक
ड] बट्रेस
107] खालीलपैकी कठोर धरण कोणते आहे?
अ] काँक्रीट
ब] खडक भरणे
क] गुरुत्वाकर्षण
ड] कमान
108] वेअरमधील अतिरिक्त पाणी कोठे वाहू दिले?
अ] गेट्स
ब] क्रेस्ट
क] गळती मार्ग
ड] उघडणे
109] थर्मल प्लांटचा जीवनकाळ किती असतो?
अ] ३० वर्षांपेक्षा कमी
ब] ३० वर्षांपेक्षा जास्त
C] 50 वर्षांपेक्षा कमी
D] 50 वर्षांहून अधिक
110] 'x' म्हणून काय चिन्हांकित केले जाते?

अ] टर्बाइन
ब] मसुदा ट्यूब
C] गॅलरी
ड] पेन स्टॉक

111] कोणत्या सिंचनामुळे संपूर्ण पीक कालावधीत सतत आणि सतत पाण्याचा पुरवठा सुनिश्चित होतो?

पूर

ब] कृत्रिम

क] बारमाही

ड] पूर

112] विशिष्ट हंगामात कोणते पीक घेतले जाते?

अ] लागवडीयोग्य लागवड क्षेत्र

ब] ग्रॉस कमांड्ड एरिया

C] सांस्कृतिक आदेश असलेले क्षेत्र

D] लागवडीयोग्य लागवड क्षेत्र

113] हायड्रोग्राफला युनिट हायड्रोग्राफ कधी म्हणतात?

A] पावसापासून 1 सेमी

ब] पावसापासून 3 सेमी

C] पावसापासून 1 मिमी

D] पावसाचे 3 मिमी

114] पाऊस मोजण्याचे एकक काय आहे?

अ] सेमी

B] मिमी

क] पाय

D] एकक नाही

115] कालव्याच्या डायव्हर्शन हेड वर्कचे मुख्य कार्य कोणते आहे?

अ] गाळ काढण्यासाठी

ब] पूर नियंत्रणासाठी

C] पाणी साठवण्यासाठी

D] पाण्याची पातळी वाढवणे

116] जमा झालेला गाळ काढून टाकण्यासाठी डायव्हर्शन हेडवर्कमध्ये कोणती व्यवस्था केली जाते?

अ] माशांची शिडी

ब] ग्रोयन्स

क] बॅरेज

ड] स्लुइसेस अंतर्गत

117] जलाशयासाठी जागा निवडण्यासाठी मुख्य घटक कोणता आहे?

अ] कमाल रनऑफ

ब] जास्तीत जास्त पाझर

क] रुंद उघडणे

D] किमान धावपळ

118] धरणाचे नाव काय आहे?

dam

अ] खडक भरण्याचे धरण

B] कॉंक्रीट बुट्रेस बांध

C] पृथ्वी धरण

D] एकत्रित पृथ्वी आणि रॉक धरण

119] गळती मार्ग म्हणून कोणता ओळखला जातो?

अ] पाणी पसरलेले धरण

B] खोळंबा धरण

C] भंगार धरण

D] ओव्हर फ्लो धरण

120] वाहणाऱ्या पाण्याचे पत्र कोणते?

अ] डोके

ब] नप्पे

क] अपस्ट्रीम

D] शिखा

121] पाण्याची खोली वाढवण्यासाठी नदीत ठेवलेल्या संरचनेचे नाव काय आहे?

अ] बॅरेज

ब] विर

क] खाच

D] शिखा

122] वरच्या बाजूला पाण्याची पातळी वाढवण्यासाठी बारमाही नदी ओलांडून बांधलेल्या अभेद्य अडथळ्याचे नाव काय आहे?

अ] बॅरेज

ब] विर

क] खाच

ड] तोंडाचा तुकडा

123] जलविद्युत प्रकल्पातील कोणता घटक पेनस्टॉकमध्ये तयार होणारा पाण्याचा हातोडा दाब कमी करतो?

अ] झडपा

ब] सर्ज टँक

C] टर्बाइन

D] मसुदा नळ्या

124] दोन किंवा अधिक कालव्यांना पाणी देण्यासाठी कोणता कालवा बांधला जातो?

अ] वाहक

ब] फीडर

C] नेव्हिगेशन

D] सिंचन

125] खालीलपैकी कोणत्या कालव्याचे वर्गीकरण पुरवठ्याच्या स्वरूपावर केले जाते?

अ] वाहक

ब] फीडर

C] नेव्हिगेशन

ड] कायम

126] कोणता कालवा सिंचनाशिवाय दुसऱ्या कालव्यासाठी पाणी वाहून नेतो?

अ] वाहक

ब] फीडर

C] नेव्हिगेशन

ड] शक्ती

127] 'X' म्हणून काय चिन्हांकित केले जाते?

अ] मोफत बोर्ड
ब] कालव्याचा पलंग
क] बर्म
ड] बँक
128] कोणता कालवा धुतलेल्या पाण्याच्या बाजूने संरेखित केला जातो?
अ] समोच्च
B] बाजूचा उतार
क] रिज
ड] शक्ती
129] कोणत्या कालव्याला रिज कालवा असेही म्हणतात?
अ] समोच्च
ब] पाणलोट
C] बाजूचा उतार
ड] मुख्य
130] 'X' म्हणून काय चिन्हांकित केले जाते?

अ] मोफत बोर्ड
ब] कालव्याचा पलंग
क] बर्म
ड] बँक
131] कालवा पडणे याला काय म्हणतात?
अ] कालव्याचे सायफन
ब] कालव्याचा गळती
C] सुपर पॅसेज
D] जलवाहिनी

132] 'X' म्हणून काय चिन्हांकित केले जाते?

अ] वितरण प्रमुख नियामक

ब] ऑफ टेक चॅनेल

C] पालक कालवा

डी] क्रॉस रेग्युलेटर

133] 'X' म्हणून काय चिन्हांकित केले जाते?

अ] पालक कालवा

ब] गाळाची जेटी

C] बंद टेक कॅनॉल

डी] क्रॉस रेग्युलेटर

134] ड्रेनेजवर कालवा वाहून नेण्यासाठी कोणत्या क्रॉस ड्रेनेजचे काम केले जाते?

अ] जलवाहिनी

ब] सुपर पॅसेज

C] कालवा सायफन

डी] लेव्हल क्रॉसिंग

135] ड्रेनेजच्या खाली कालवा वाहून नेण्यासाठी कोणत्या क्रॉस ड्रेनेजचे काम केले जाते?

अ] जलवाहिनी

ब] सुपर पॅसेज

C] लेव्हल क्रॉसिंग

डी] इनलेट

136] कालवा आणि ड्रेनेज एकाच पातळीवर ओलांडण्यासाठी कोणत्या क्रॉस ड्रेनेजचे काम केले जाते?

अ] जलवाहिनी

ब] सुपर पॅसेज

C] कालवा सायफन

डी] लेव्हल क्रॉसिंग

137] 'X' म्हणून काय चिन्हांकित केले जाते?

A] FSL

ब] प्रवाह

C] HFL

ड] कालवा

138] 'X' म्हणून काय चिन्हांकित केले जाते?

अ] कालव्याचे सायफन

ब] निचरा

क] कल्व्हर्ट

ड] कुंड

139] कोणत्याही मजल्यावरील मजल्याच्या पातळीवर मोजलेल्या इमारतीच्या बांधलेल्या क्षेत्रास काय नाव दिले जाते? अ] प्लिंथ क्षेत्र

B] मजला क्षेत्र

C] अभिसरण क्षेत्र

ड] चटई क्षेत्र

140] व्हरांडा, पॅसेज, कॉरिडॉर, बाल्कनी इत्यादींचा समावेश असलेल्या इमारतीच्या क्षेत्राला काय नाव दिले जाते?

अ] अभिसरण क्षेत्र

B] क्षैतिज अभिसरण क्षेत्र

C] अनुलंब अभिसरण क्षेत्र

ड] चटई क्षेत्र

141] क्षैतिज अभिसरण क्षेत्रासाठी किती टक्के प्लिंथ क्षेत्र दिले जाते?

अ] ५ ते १०%

B] 10 ते 15%

क] 15 ते 20%

डी] 20 ते 25%

142] निवासी इमारतीच्या प्लिंथ क्षेत्रफळाच्या किती टक्के चटईक्षेत्र येते?

अ] ४० ते ५५%

B] 50 ते 65%

C] 60 ते 75%

डी] 70 ते 85%

143] अंदाजे खर्चाच्या किती टक्के टक्के शुल्क आकारले जाते?

अ] ५ ते १०%

B] 10 ते 15%

क] 15 ते 20%

डी] 20 ते 25%

144] ढोबळ खर्च अंदाज कोणता आहे?

अ] सुधारित अंदाज

ब] वार्षिक दुरुस्ती अंदाज

C] प्लिंथ क्षेत्र अंदाज

D] पूरक अंदाज

145] आयटम दर अंदाज कोणता आहे?

अ] प्लिंथ क्षेत्र

ब] वार्षिक दुरुस्ती

C] घनसामग्री

D] प्राथमिक

146] बुकिंग मोजमापाचा क्रम काय आहे?

अ] रुंदी, लांबी आणि खोली

B] संख्या, लांबी आणि खोली

C] व्यास, लांबी आणि घनता

D] लांबी, रुंदी आणि उंची

147] बिल प्रमाण मोजण्यासाठी किमान लांबी किती आहे?

A] 0.5 मिमी

B] 1 मिमी

C] 1 सेमी

D] 10 सेमी

148] बिल प्रमाण मोजण्यासाठी किमान क्षेत्रफळ किती आहे?

A] 1 मिमी²

B] 1 सेमी²

क] .01 चौ.मी

D] $1m^2$

149] एमकेएस प्रणालीमध्ये उत्खननासाठी एकक काय आहे?

आहे

B] चौ.मी²

क] घन मी

D] नाही

150] बिल प्रमाण मोजण्यासाठी किमान क्यूबिकल प्रमाण किती आहे?

A] 1 mm^3

B] 1 सेमी³

C] 0.01 m^3

D] 0.1 m^3

151] MKS प्रणालीमध्ये सिमेंट कॉंक्रीटचे एकक काय आहे?

अ] सं.

ब] मी

क] चौ.मी

डी] घन मी

152] MKS प्रणालीमध्ये सुपरस्ट्रक्चरसाठी सिमेंट मोर्टारमध्ये विटांचे काम करण्यासाठी एकक काय आहे?

आहे

ब] चौ.मी

क] घन मी

ड] क्र.

153] MKS सिस्टीममध्ये RCC, RB मधील स्टील रीइन्फोर्समेंट बार इत्यादीसाठी युनिट काय आहे?

आहे

ब] क्र.

क] क्विंटल

D] चौ.मी

154] MKS प्रणालीमध्ये कड, खोऱ्या, गटरांसाठी एकक काय आहे?

अ] मीटर

ब] चौ.मी

क] घन मी

ड] क्र.

155] MKS प्रणालीमध्ये फ्लोअरिंगसाठी युनिट काय आहे?

आहे

ब] चौ.मी

क] घन मी

ड] क्र.

156] पृथ्वीच्या उत्खननासाठी किमान शिसे किती आहे?

A] 10 मी

B] 20 मी

क] ३० मी

डी] ५० मी

157] मातीकाम उत्खननासाठी किमान लिफ्ट किती आहे?

अ] १ मी

ब] १.५ मी

क] २.० मी

डी] ३.० मी

158] सोलिंग लेयरसाठी मोजण्याचे एकक काय आहे?

आहे

ब] चौ.मी

क] घन मी

ड] क्र.

159] दगडी बांधकाम प्रमाण मोजणीसाठी उघडण्याच्या किती क्षेत्राकडे दुर्लक्ष केले जाते?

A] 1. चौ.से.मी

B] 10 चौ.से.मी

C] 100 चौ.से.मी

D] 1000 चौ.से.मी

160] कॉर्निससाठी मोजण्याचे एकक काय आहे?

आहे

ब] चौ.मी

क] घन मी

डी] मिमी

161] आधुनिक दरवाजा आणि खिडकीच्या चौकटींसाठी मोजण्याचे एकक काय आहे? आहे

ब] चौ.मी

क] घन मी

डी] मिमी

162] लेआउट प्लॅन तयार करण्यासाठी वापरलेली स्केल रेंज काय आहे?

अ] 1 सेमी = 5 मी ते 1 सेमी = 10 मी

B] 1 सेमी = 10 मी ते 1 सेमी = 20 मी

C] 1 सेमी = .5 किमी ते 1 सेमी = 1 किमी

D] 1cm = 5km ते 1cm = 10km

163] अंदाज तयार करण्यासाठी कोणता डेटा आवश्यक आहे?

अ] श्रम

B] साहित्य

C] निधी

D] रेखाचित्रे

164] एखाद्या कामावरील खर्च 10% पेक्षा जास्त असताना कोणता अंदाज तयार केला जातो? अ] पूरक

ब] सुधारित

C] वार्षिक दुरुस्ती

D] घनसामग्री

165] मूळ मंजूर अंदाज 5% पेक्षा जास्त असताना कोणता अंदाज तयार केला जातो?

अ] पूरक

ब] विस्तार आणि सुधारणा

क] सुधारित

D] प्लिंथ क्षेत्र

166] प्रशासकीय मंजुरीसाठी कोणता अंदाज आवश्यक आहे?

अ] अंदाजे

ब] तपशीलवार

क] सुधारित

D] पूरक

167] एकूण कसे निर्दिष्ट केले जाते?

अ] मिमी मध्ये आकार

ब] लांबी मिमी मध्ये

C] उंची आणि रुंदी से.मी

D] लांबी मीटर, विभाग मिमी मध्ये

168] कोणत्या विटांच्या भिंतीची जाडी चौ.मी.मध्ये मोजली जाते?

A] 10 सेमी

B] 15 सेमी

C] 20 सेमी

D] 30 सेमी

169] कोणत्या विटांची रचना चौ.मी.मध्ये मोजली जाते?

अ] प्रबलित विटांचे काम

B] तुटलेल्या काचेचा सामना करणे

C] काँक्रीट कुंपण पोस्ट

D] कमानीमध्ये विटांचे काम

170] स्टीलच्या छतावरील ट्रसमध्ये रिव्हट्ससाठी किती टक्के (%) स्टीलचे काम दिले जाते?

अ] ३%

ब] ५%

क] ७%

डी] 10%

171] सौम्य स्टीलची घनता किती असते?

अ] ०.७८५ क्विंटल/क्यू.मी

B] 7.85q/cu.m

C] 78.5q/cu.m

D] 785 q/cu.m

172] खांबासाठी प्लास्टरिंग क्षेत्र किती आहे?

अ] लांबी x रुंदी x उंची

B] विभाग क्षेत्र x उंची

C] परिमिती

D] परिमिती x उंची

173] अंदाजे अंदाजानुसार आकस्मिकता म्हणून किती (%) टक्केवारी जोडली जाते?

अ] १% ते ५%

B] ५% ते १०%

C] 10% ते 12%

D] 10% ते 15%

174] दगडी कमानीचे बांधकाम करणाऱ्या गवंडीचे आउट-टर्न काय आहे?

अ] ०.४० घन मी

ब] ०.५५ घन मी

C] 0.80 घन मी

डी] ०.९० घन मी

175] गवंडी, विटांच्या दगडी बांधकामासह अधिरचना तयार करणे म्हणजे काय?

अ] ०.५५ घन मी

ब] ०.८५ घन मी

क] १.०० घन मी

डी] 1.25 घन मी

176] दराच्या विश्लेषणामध्ये कंत्राटदारांच्या नफ्याचा किती टक्के समावेश आहे?

अ] ५

ब] १०

क] १५

डी] २०

177] DPC वर $100m^2$ प्रथम कोट पेंटिंगसाठी किती प्रमाणात बिटुमेन आवश्यक आहे?

A] 75 किलो

ब] 100 किलो

C] 125 किलो

डी] 150 किलो

178] $1m^3$ भंगार दगडी बांधकामासाठी किती प्रमाणात दगड लागतो?

अ] ०.५ घन मी

ब] ०.७५ घन मी

क] १.०० घन मी

डी] 1.25 घन मी

179] $1m^3$ विटांच्या कामासाठी किती नाममात्र आकाराच्या विटा आवश्यक आहेत?

अ] ५००

ब] ६००

क] ७००

डी] ८००

180] 1]2]4 सिमेंट काँक्रीटसाठी $100m^3$ किती प्रमाणात खडबडीत आवश्यक आहे?

A] 84 m^3

B] 86 m^3

C] 88 m^3

D] 90 m³

181] अभियांत्रिकी विभागाद्वारे ठेवलेल्या विविध कामांच्या दरांची छापलेली यादी काय आहे?

अ] दरांचे वेळापत्रक

ब] दरांचे विश्लेषण

C] वस्तूंचे दर

D] बाजारातील दर

182] दरांचे वेळापत्रक कोण तयार करते?

अ] अभियांत्रिकी विभाग

ब] कंत्राटदार

C] खाजगी संस्था

D] सरकारी संस्था

183] वीटचिन्हासाठी प्रत्येक गवंडीमागे किती मजदूर किंवा मदतनीस आवश्यक आहेत?

अ] १

ब] १.५ ते २

क] ३ डी] ४

184] मालमत्तेची वाजवी किंमत किंवा मूल्य ठरवण्याची प्रक्रिया काय आहे?

अ] मूल्यांकन

ब] अंदाज

क] स्थिरीकरण

ड] कर आकारणी

185] तोडलेल्या साहित्याचे मूल्य काय आहे?

अ] तारण

ब] भंगार

क] बाजार

ड] पुस्तक

186] खुल्या बाजारातून मालमत्ता किती रक्कम मिळवू शकते?

अ] स्क्रॅप मूल्य

ब] तारण मूल्य

C] बाजार मूल्य

ड] पुस्तक मूल्य

187] पक्षाने गुंतवलेल्या भांडवली रकमेच्या परतफेडीसाठी वार्षिक नियतकालिक पेमेंट काय आहे?

अ] भांडवली खर्च

ब] वार्षिकी

C] घसारा

ड] आउटगोइंग

188] प्रथम श्रेणीच्या इमारतीच्या ओलसरपणासाठी कोणते सिमेंट कॉंक्रीट प्रमाण वापरले जाते?

अ] १] १.५] ३

ब] १]२]४

क] १]२]६

ड] १]४]८

189] प्रथम श्रेणीच्या इमारतीसाठी किमान उंची किती आहे?

अ] ३.३ मी

ब] ३.७ मी

क] ३.८ मी

ड] ३.९ मी

190] द्वितीय श्रेणीच्या इमारतीसाठी कोणते सिमेंट कॉंक्रीट प्रमाण वापरले जाते?

अ] १] १.५] ३

ब] १]२]४

क] १]२]६

ड] १]४]८

193] प्रथम श्रेणीच्या इमारतीच्या प्लिंथसाठी कोणते साहित्य निर्दिष्ट केले आहे?

अ] सिमेंट मोर्टारमध्ये प्रथम श्रेणी विटांचे काम 1]6

ब] सिमेंट मोर्टारमध्ये द्वितीय श्रेणीचे विटांचे काम

C] सिमेंट मोर्टारमध्ये तृतीय श्रेणी विटांचे काम

D] मातीच्या मोर्टारमध्ये वाळलेल्या विटांच्या कामाची बेरीज

194] ट्रॅपेझॉइडल नियमानुसार क्षेत्रफळ किती आहे?

A] 764.5 m^2

B] 770.5 m^2

C] 780.5 m^2

D] 790.5m^2

195] सिम्पसन नियमानुसार क्षेत्रफळ किती आहे?

A] 717 m^2
B] 727 m^2
C] 959 m^2
D] 1090 m^2
196] 'x' म्हणून काय चिन्हांकित केले जाते?

अ] ऑप्टिकल प्लम्मेट
ब] कोलिमेटर
C] डेटा आउट कनेक्टर
D] तळाची प्लेट
197] 'x' म्हणून काय चिन्हांकित केले जाते?

अ] वस्तुनिष्ठ भिंग

ब] कोलिमेटर

C] ऑप्टिकल प्लम्मेट

D] डेटा आउट कनेक्टर

198] 'x' म्हणून काय चिन्हांकित केले जाते?

अ] वरचे हँडल

ब] कोलिमेटर

C] ऑप्टिकल प्लम्मेट

D] डेटा आउट कनेक्टर

199] कोणते वाद्य EDM, इलेक्ट्रॉनिक थियोडोलाइट आणि मायक्रो प्रोसेसर यांचे मिश्रण आहे?

अ] एकूण स्टेशन

B] टॅचिओमीटर

C] डिस्टोमाइट

D] टेलुरोमीटर

200] लंब रेषा ते बेस लाईन उभी करण्यासाठी कोणता प्रोग्राम वापरला जातो?

अ] स्टॅक आउट

B] मोफत स्टेशन

C] संदर्भ ओळ

D] टाय अंतर

201] कोणता प्रोग्राम पॉईंट्स सेट करण्यासाठी वापरला जातो?

अ] विच्छेदन

ब] बाहेर भाग पाडणे

C] संदर्भ ओळ

D] दूरस्थ उंची

202] परावर्तनाचे समन्वय शोधण्यासाठी आणि त्याच वेळी उभ्या कोनांचे मोजमाप करण्यासाठी कोणते उपकरण वापरले जाते?

अ] स्वयं स्तर

B] एकूण स्टेशन

C] थियोडोलाइट

डी] थिओडोलाइट प्रसारित करा

203] परावर्तित फॉइलवर प्रिझममध्ये घेतलेल्या अंतराच्या मोजमापाचे नाव काय आहे?

अ] अचूक मोजमाप

ब] जलद मापन

C] ट्रॅकिंग मापन

D] कोन मोजमाप

204] कोणते मापन फेज शिफ्ट आणि स्पंदित प्रणालीसाठी मापन वेळ 0.5 आणि 1 च्या दरम्यान कमी करते?

अ] अचूक मोजमाप

ब] जलद मापन

C] ट्रॅकिंग मापन

D] कोन मोजमाप

205] फेज शिफ्ट प्रणालीसह घेतलेल्या रिफ्लेक्टर कमी मापनासाठी कोणती श्रेणी मिळवता येते?

अ] ५० मी

ब] 100 मी

C] 150 मी

डी] 200 मी

206] EDM च्या ऑपरेशनच्या तत्त्वाचे सूत्र काय आहे?

A] वेग = वेळ x अंतर

B] वेग = वेळ / अंतर

C] वेग = अंतर x वेळ

D] वेग = अंतर / वेळ

207] सर्वेक्षणात EDM चा संक्षेप काय आहे?

अ] इलेक्ट्रॉनिक अंतर मोजमाप

B] अभियांत्रिकी अंतर मोजमाप

C] इलेक्ट्रो डिस्चार्ज मॅचिंग

डी] इलेक्ट्रॉनिक डायरेक्ट मेलिंग

208] सिंगल रिफ्लेक्टर प्रिझमचा आकार काय असतो?

अ] घन कोपरा

ब] घनदाट कोपरा

C] परिपत्रक

D] त्रिकोणी कोपरा

209] कोणत्या परिस्थितीत LCD स्क्रीन काम करत नाही?

अ] थंड

ब] गरम

क] उबदार

ड] वारा

210] सदोष तापमान आणि दाब मापन EDM मध्ये त्रुटीच्या कोणत्या स्रोताद्वारे होते?

अ] वैयक्तिक

ब] वाद्य

क] नैसर्गिक

डी] पर्यावरणीय

211] 'x' म्हणून काय चिन्हांकित केले जाते?

अ] रिप्लेक्टर उंची
ब] वाद्याची उंची
C] कोलिमेशनची उंची
D] उताराची उंची
212] खाली दिलेल्या आकृतीचे नाव काय आहे?

अ] आयताकृती आणि ध्रुवीय समन्वय
B] ध्रुवीय ते कार्टेशियन समन्वय
C] आयताकृती समन्वय
D] ध्रुवीय समन्वय
213] खाली दिलेल्या आकृतीचे नाव काय आहे?

अ] आयताकृती आणि ध्रुवीय समन्वय

B] ध्रुवीय ते कार्टेशियन समन्वय

C] आयताकृती समन्वय

D] ध्रुवीय समन्वय

214] खाली दिलेल्या आकृतीचे नाव काय आहे?

अ] आयताकृती आणि ध्रुवीय समन्वय

B] ध्रुवीय ते कार्टेशियन समन्वय

C] आयताकृती समन्वय

D] ध्रुवीय समन्वय

215] बंद बहुभुज ट्रॅव्हर्सच्या अंतर्गत कोनांची बेरीज शोधण्यासाठी कोणते सूत्र आहे?

A] (n - 2) x 360°

B] (n + 2) x 360°

C] (n - 2) x 180°

D] (n + 2) x 180°

216] कोणते विशिष्ट साधनाला समर्पित आहेत आणि सर्वेक्षण निरीक्षणे साठवून त्यावर प्रक्रिया करू शकतात?

अ] डेटा रेकॉर्डर

ब] पॉकेट कॅल्क्युलेटर

C] फील्ड नोट बुक्स

ड] पेन-ड्राइव्ह

217] 900 ते 10000 पॉइंट्स साठवण्यास सक्षम असलेल्या एकूण स्टेशनमध्ये कोणते फिट आहे?

अ] मेमरी कार्ड

B] डेटा रेकॉर्डर

C] अंतर्गत मेमरी

D] फील्ड संगणक

218] एकूण स्टेशनचा फायदा काय आहे?

अ] वाद्ये महाग

B] फील्ड नोट प्रदान करत नाही

C] बेरीजचे थेट निरीक्षण शक्य नाही

D] क्षेत्र गणनेमध्ये अधिक अचूकता

219] एकूण स्टेशनचा तोटा काय आहे?

अ] जुन्या नकाशांचे ऑटोमेशन

B] स्थानिक भाषा समर्थन

C] संपूर्ण GIS निर्मिती

D] हे वाद्य महाग आहे

220] अत्याधुनिक तंत्रज्ञान असलेले एकूण स्टेशन कोणते आहे?

अ] यांत्रिक

B] अर्ध स्वयंचलित

C] मॅन्युअल

डी] स्वयंचलित

221] बहुभुज अंतर निर्धारित करण्यासाठी कोणता प्रोग्राम वापरला जातो?

अ] टाय अंतर

B] संदर्भ ओळ

C] मोफत स्टेशन

डी] विच्छेदन

222] दोन ज्ञात बिंदूंच्या संदर्भात नवीन स्टेशनची स्थिती निश्चित करण्यासाठी कोणता प्रोग्राम वापरला जातो?

अ] मोफत स्टेशन

B] टाय अंतर

C] दूरस्थ उंची

D] संदर्भ ओळ

223] टोटल स्टेशनमध्ये डेटा कुठे साठवला जातो?

अ] पेन ड्राइव्ह

B] डेटा कार्ड

C] मायक्रो प्रोसेसर

डी] बाह्य हार्डवेअर

224] EDM वापरण्याचा फायदा काय आहे?

अ] अंतराचे अचूक मोजमाप

B] इलेक्ट्रॉनिक बॅटरीज

क] महाग

D] वातावरणीय स्थितीमुळे अचूकता प्रभावित होते

225] EDM वापरण्याचे नुकसान काय आहे?

अ] लांब अंतर मोजण्यास सक्षम

B] अंतराचे अचूक मोजमाप

C] वातावरणातील परिस्थितीमुळे अचूकता प्रभावित होते

D] रिलेक्टरलेस हे एकल व्यक्तीचे ऑपरेशन आहेत

226] कोणते त्रिकोणमितीय मूल्य बरोबर आहे?

A] O/H = sin ß

B] A/H = sin ß

C] O/A = sin ß

D] H/O = sin ß

227] 8 बाजू असलेल्या बंद बहुभुज ट्रॅव्हर्सच्या अंतर्गत कोनांची बेरीज किती आहे?

A] 720°

B] 1080°

C] 1440°

D] 1800°

228] ओपन ट्रॅव्हर्स कुठे वापरतात?

A] स्थलाकृतिक सर्वेक्षण

B] अभियांत्रिकी कामांची मांडणी

क] पाइपलाइनचे बांधकाम

D] मालमत्तेचे मोजमाप

229] कोणत्या देशाने जीपीएस विकसित केले?

अ] यूएसए

ब] भारत

C] रशिया

D] इटली

230] GPS म्हणजे काय?

अ] जागतिक प्रक्रिया प्रणाली

B] ग्लोबल पोझिशनिंग सिस्टम

C] भौगोलिक स्थिती प्रणाली

D] भौगोलिक प्रक्रिया प्रणाली

231] GPS साठी कक्षीय उंची किती आहे?

A] 10,00 किमी

B] 15,000 किमी

C] 20,180 किमी

D] 24,280 किमी

232] स्थान निर्दिष्ट करण्यासाठी समन्वयाची सामान्य निवड कोणती आहे?

अ] अक्षांश, निर्गमन आणि उंची

B] अक्षांश, रेखांश आणि उंची

C] उत्तर, दक्षिण आणि पूर्व

D] साउथिंग, अजीमुथ आणि एलिव्हेशन

233] Topomaps वर UTM ग्रिड लाईन्समधील अंतर किती आहे?

A] 100 मी

B] 1000 मी

C] 2000 मी

D] ५००० मी

234] कंट्रोल सेगमेंटचे मास्टर कंट्रोल स्टेशन कोठे आहे?

अ] हवाई

ब] कोलोरॅडो

C] दिएगो गार्सिया

ड] क्वाजालीन

235] अंतराळ विभागात किती कार्यरत उपग्रह उपलब्ध आहेत?

अ] २४

ब] २८

क] ३२

डी] ३६

236] GPS च्या कोणत्या विभागात उपग्रहाचा समावेश आहे?

अ] नियंत्रण

B] जागा

C] वापरकर्ता

D] नेव्हिगेशन

237] GPS च्या कोणत्या विभागात रिसीव्हर्स असतात?

अ] नियंत्रण

B] वापरकर्ता

क] जागा

D] नेव्हिगेशन

238] जीपीएस सर्वेक्षणाचा फायदा काय आहे?

अ] उच्च सुस्पष्टता

ब] हवामान अवलंबून

C] फक्त रात्रीचे ऑपरेशन

D] साइट इंटरव्हिजिबिलिटी आवश्यक आहे

239] दृष्टिहीनांसाठी जीपीएस अनुप्रयोग कोणता आहे?

अ] मोबिक

B] GIS

क] रामचेर्स

D] नेव्हिगेशन

240] भारतातील दृष्टिहीनांसाठी जीपीएस अनुप्रयोग कोणता आहे?

A] सागरी GOS

B] दृष्टी

क] रामचेर्स

D] GIS

241] प्रत्यक्ष संपर्काशिवाय एखाद्या गोष्टीचा अभ्यास करणे म्हणजे काय?

अ] रिमोट सेन्सिंग

B] भौगोलिक माहिती प्रणाली

C] टॅकोमेट्री

D] श्रेणी

242] 'x' म्हणून काय चिन्हांकित केले जाते?

अ] लक्ष्य

ब] उर्जा स्त्रोत

C] सेन्सर

डी] प्रक्षेपण

243] फोटोग्राफिक प्रतिमांवरून वस्तूंचे भौमितिक गुणधर्म ठरवण्याची पद्धत काय आहे?

अ] फोटोग्राममेट्री

ब] स्थिती

सी] रिमोट सेन्सिंग

D] अभिमुखता

244] एक्सपोजर स्टेशनचे दुसरे नाव काय आहे?

अ] एअर स्टेशन

ब] नादिर बिंदू

C] झेनिथ पॉइंट

D] क्षितिज बिंदू

245] जीपीएस सर्वेक्षणाचा फायदा काय आहे?

अ] द्विमितीय

ब] त्रिमितीय

C] हवामान अवलंबून

D] फक्त दिवसाची वेळ ऑपरेशन

246] डिजिटल सिग्नलचा फायदा काय आहे?

अ] जास्त किंमत

B] नियंत्रित करणे कठीण

C] आवाज प्रतिकारशक्ती

डी] डिझाईनच्या प्रतिसादात निगडीपणा

247] प्रक्रियेसाठी डिजिटल समतुल्य ॲनालॉग सिग्नल मिळण्याची प्रक्रिया काय आहे?

अ] डेटा संपादन

B] डेटा प्रोसेसिंग

C] प्रतिमा ओळख

D] नमुना ओळख

248] डिजिटल ओव्हर ॲनालॉग सिग्नल प्रोसेसिंगचा फायदा काय आहे?

अ] डिजिटल प्रणाली पुन्हा प्रोग्राम करणे कठीण आहे

B] डिजिटल सिग्नल प्रोसेसिंग अचूकतेचे चांगले नियंत्रण प्रदान करते

C] डिजीटल सिग्नल खराब न होता साठवणे कठीण आहे

डी] अधिक प्राचीन सिग्नल प्रोसेसिंग अल्गोरिदम वापरले जाऊ शकतात

249] फोटोग्रामेट्रीचा फायदा काय आहे?

अ] हवामान अवलंबून

ब] मोठे क्षेत्र कव्हर करते C] महाग

D] जटिल प्रणाली

250] इन्स्ट्रुमेंट फोटोग्रामेट्री सेटअपमध्ये काय फायदा आहे?

अ] जड उपकरणे आवश्यक

ब] हवामान अवलंबून

C] कमी वेळ घेणारे

D] महाग

उत्तरे]

1]ब; 2]अ; ३]C; 4]C; 5]C; 6]डी; 7]डी; 8]C; 9]अ; 10]डी; 11]ब; 12]C; 13]ब; 14]अ; 15]अ; 16]ब; 17]ब; 18]डी; 19]ब; 20]C; 21]ब; 22]ब; 23]अ; 24]ब; 25]ब; 26]ब; 27]ब; २८]अ; 29]डी; ३०]अ; ३१]ब; ३२]अ; ३३]C; 34]डी; 35]डी; 36]ब; 37]ब; 38]अ; 39]डी; ४०]ब; ४१]C; 42]ब; 43]डी; 44]ब; ४५]अ; ४६]अ; 47]C; 48]ब; 49]डी; 50]C; ५१]ब; ५२]C; 53]डी; 54]ब; ५५]C; ५६]C; 57]C; 58]C; ५९]अ; ६०]अ; ६१]डी; ६२]ब; ६३]अ; ६४]डी; ६५]अ; ६६]ब; ६७]अ; 68]C; ६९]डी; ७०]ब; 71]ब; 72]ब; 73]C; 74]अ; 75]डी; 76]C; 77]C; 78]अ; 79]ब; 80]C; 81]ब; 82]अ; 83]C; 84]डी; 85]ब; 86]C; 87]अ; 88]डी; 89]C; 90]अ; 91]अ; 92]C; 93]ब; 94]अ; 95]C; 96]C; 97]अ; 98]C; 99]ब; 100]ब; 101]अ; 102]अ; 103]ब; 104]C; 105]C; 106]अ; 107]ब; 108]ब; 109]अ; 110]डी; 111]C; 112]अ; 113]अ; 114]ब ; 115]डी; 116]डी; 117]अ; 118]C; 119]डी; 120]ब; 121]अ; 122]ब; 123]ब; 124]ब; 125]डी; 126]अ; 127]ब; 128]C; 129]ब; 130]अ; 131]ब; 132]अ; 133]ब; 134]अ; 135]ब; 136]डी; 137]ब; 138]अ; 139]अ; 140]ब; 141]ब; 142]ब; 143]ब; 144]C; 145]ब; 146]डी; 147]ब; 148]C; 149]C; 150]C; 151]डी; 152]C; 153]C; १५४]अ; १५५]ब; 156]C; 157]ब; १५८]ब; 159]डी; 160]अ; 161]C; 162]ब; 163]डी; 164]ब; 165]C; 166]अ; 167]अ; 168]अ; 169]ब; 170]ब; 171]C; 172]डी; 173]ब; 174]अ; 175]C; 176]ब; 177]डी; 178]डी; 179]अ; 180]अ; 181]अ; 182]अ; 183]ब; 184]अ; 185]ब; 186]C; 187]ब; 188]अ; 189]ब; 190]ब; 191]ब; 192]C; 193]अ; 194]डी; 195]ब; १९६]अ; 197]ब; 198]ब; १९९]अ; 200]C; 201]ब; 202]ब; 203]अ; 204]ब; 205]ब; 206]डी; 207]अ ; 208]अ; 209]अ; 210]अ; 211]ब; 212]अ; 213]C; 214]डी; 215]C; 216]अ; 217]C; 218]डी; 219]डी; 220]डी; 221]अ; 222]अ; 223]C; 224]अ; 225]C; 226]अ; 227]ब; 228]C; 229]अ; 230]ब; 231]C; 232]ब; 233]ब; २३४]ब; २३५]अ; २३६]ब; २३७]ब; २३८]अ; २३९]अ; 240]ब; २४१]अ; 242]C; २४३]अ; २४४]अ; २४५]ब; 246]C; २४७]अ; 248]ब; २४९]ब; 250]C;

www.ingramcontent.com/pod-product-compliance
Ingram Content Group UK Ltd.
Pitfield, Milton Keynes, MK11 3LW, UK
UKHW021916190726
13853UKWH00002B/696